యేసు పునరుత్థాన మహిమ - ప్రభావము

పోలుమాటి భీమ్ జీ రామ్

INDIA • SINGAPORE • MALAYSIA

ISBN 979-8-89026-345-2

రచయిత తొలిపలుకులు

పునరుత్థానుడైన యేసు ప్రభువు రచయితకు స్వప్నముల ద్వారాను దర్శనములద్వారాను మాట్లాడిన విధానాలు మరియు రచయిత జీవితంలో చేసిన గొప్ప గొప్ప అద్భుతాలను తెలియ జేసే నాసువార్త ఇది.

"ఎవడైన క్రీస్తు నందుండిన ఎడల వాడు నూతన సృష్టి. పాతవి గతించెను. ఇదిగో సమస్తము నూతనమాయెను".

2 కొరింతి 5:17

అవును. ఎవడైనాసరే యేసు క్రీస్తులోకి వచ్చిన తరువాత వాడు నూతన సృష్టే. రచయిత పాతజీవితము నిజదేవుని ఎరుగని ఒక పాప జీవితం. యేసు ప్రభువు స్వప్నంలో కనబడి " నీవు తిరిగి తిరిగి వచ్చి నన్నే గట్టిగా పట్టుకొంటావు" అని చెప్పినప్పటికిని, తప్పనిసరియై నిన్ను నమ్మవలసిన పరిస్థితి వస్తే గనుక చావనైనా చస్తాను గాని నీ దగ్గరకు రాను. నిన్ను నమ్మను" అని తన 35 వ సంవత్సరం నుండి 50 వ సంవత్సరము వరకు ఆయనకు దూరంగా జీవించిన వ్యక్తి.

ఈపదిహేను సంవత్సరాలు కాలంలో అన్నీఆయనకు వ్యతిరేకమైన పనులే. ఆయన తనదగ్గరకు రాకూడదు. తాను ఆయన దగ్గరకు వెళ్లకూడదు. ఈ శపదం నెరవేర్చుకోవడంకోసం ఆయనకు రోషం పుట్టించే ప్రతి పని చెయ్యడం రచయితకు ఇష్టమైన పని.

సర్వశక్తివంతుడుడైన దేవుడు తన బలమైన హస్తముతో మొత్తియుంటే? అమ్మో! తలచుకుంటేనే భయమేస్తుంది. తనవైపల ఆయనకు ఎంత[ప్రేమ. నశించి పోయిన తననును తిరిగి రక్షించడానికి ఆయన తన ఎడల ఎంత దీర్ఘ శాంతము వహించాడు?. అంతేకాదు. తనను రక్షించడమే కాదు అనేక ఉపద్రవములనుంచి, శోదనల నుండి కాపాడి నేడు ఎంతో ఉన్నతంగా కూర్చో బెట్టిన విధానమును ఆయన సన్నిదిలో నెమరు వేసుకుంటుంటే ఆశ్చర్య కాక మరేమిటుంటుందండీ. తలచుకుంటేనే ఆశ్చర్యం.దీర్ఘశాంతము వహించి అంత దీర్ఘకాలం ఆయన నన్ను ఎలా సహించాడో అర్థం కావడం లేదు.

పునరుత్థానుడైన యేసును విశ్వసించి రక్షణపొందడమే ఒక ఎత్తైతే ఆయనకు తన శేష జీవితాన్ని అంకితము చేసికొని ఆయనను మహిమ పరుస్తూ పుస్తకాలు [వ్రాయడం మరొక ఎత్తు. రచయితకు దేవుడు అనుగ్రహించిన ఒక గొప్ప తలాంతు (వరము) పుస్తకము [వ్రాయడం. బైబిలు అంటే ఏమిటో తెలియని తనకు, దేవున్ని దూషించి ఆయనకు దూరంగా జీవించిన తనకు పుస్తకాలు [వ్రాసేంత శక్తి సామార్థ్యాలు ఇవ్వడం అంటే సామాన్యమైన విషయం కాదు. ఆయనకు సాక్షిగా ఆయన **తన జీవితంలో చేసిన అద్భుత కార్యములను పుస్తక రూపంలో వివరించి** ఆయనను మహిమ పరచడం అనే గొప్ప భాగ్యం దేవుడు తనకిచ్చి నందుకు ఆశ్చర్యం కలుగుతుంది..

ఒకానొక సమయంలో ఈపని నావల్ల కాదు అని భయపడి ఆయనను మహిమ పరచడానికి తలపెట్టిన ఒక పుస్తకాన్ని [వ్రాయడం ఆపేశాడు రచయిత. అక్కడనుంచి మొదలయ్యాయండి కష్టాలు. ఈకష్టాలు ఈ కారణం వలనే జరిగింది అని తెలుసుకోడానికి ఇంచుమించు ఎనిమిది సంవత్సరాలు పట్టింది. అదీ ఆయన (దేవుడు) చెప్పెడం వలనే

తెలిసింది. దేవుడు నన్ను ఇంతగా గమనిస్తున్నాడా అనే గొప్ప ఆశ్చర్యం. విరమించుకున్న రచయితకు వ్రాయడానికి కావలసిన బలం శక్తి ఇచ్చి, తాను చేసిన తప్పు ఏమిటో తెలుసుకొనేలా చేసి, తిరిగి పుస్తకం వ్రాసే వరకు తన గుప్పిట్లో బందించి, నీవు వ్రాయగలవు, రాసేయ్ అని బరోసా యిచ్చిన దేవునికి కృతజ్ఞతలు.

తను ఏదో పుస్తకం వ్రాసి ఆయనను క్రొత్తగా లోకానికి ఆయనను తెలియజేయాలని కాదు గాని ఆయనకు వ్యతిరేకముగా జీవించిన తనను పాపవిముక్తుడును చేయడానికి దేవుడు తనకిచ్చిన మార్గము ఈపుస్తక రచన. యేసు ప్రధాన శిష్యుడైన పేతురు తను ఎరుగనని బొంకినందుకు మూడుసార్లు ఆయనతో ఏరకంగా నన్ను ప్రేమిస్తున్నావా, నన్ను ప్రేమిస్తున్నావా, నన్ను ప్రేమిస్తున్నావా అని అడిగి ప్రేమిస్తున్నాను ప్రభువా అని మూడుసార్లు ఎలా చెప్పించి అతని పాపమునుండి ఏ రీతిగా విడిపించాడో అదేరీతిగా తాను ఆయన పట్ల చేసిన అపరాధములకు ప్రాయశ్చిత్త పరిహారమే ఈపుస్తక రచన. (సాక్ష్యము తరువాత పేజీలో)

గతంలో "లోకపాపమును మోసుకొను పోవు దేవుని గొర్రెపిల్ల" అను పుస్తకంవ్రాసి రచయిత తాను దేవునికి వ్యతిరేకంగా జీవించుకాలములో మూటగట్టుకున్న పాపమును కడిగివేసుకొని ఆయన దీవెనలు పొందుకున్నాడు. **ఇప్పుడు "యేసు పునరుత్థాన మహిమ-ప్రభావము" అనే** పుస్తకముద్వారా ప్రపంచవ్యాప్తంగా ఆయన మహిమ ఎంత బలంగా పనిచేస్తుందో తెలియజేయడం, ఆయన పునరుత్థాన మహిమను అంగీకరించేవారి ఆశీర్వాదాలు ఎలా ఉంటాయో వివరించడం ఈపుస్తక రచన ముఖ్య ఉద్దేశం. అందుకు దేవుడు తనకు ఇచ్చిన ప్రేరేపణ, శక్తి ని బట్టి దేవునికి కృతజ్ఞత స్తుతులు.

లోకము సాంకేతికపరంగా, సామాజిక పరంగా, ఆర్థికంగా, రాజకీయంగా అత్యంత వేగముగా పరివర్తన చెందుతున్న ఈకాలంలో ఆధ్యాత్మికంగా కూడా సమాజంలో మార్పులు వస్తున్నాయి. ఆరోగ్య వంతునికి డాక్టరు అవసరంలేదు. . "నేను నీతిమంతులను పిలువరాలేదు. పాపులను పిలువ వచ్చితిని" అని యేసు ప్రభువు చెప్పినట్లుగా పాపము దానివలన వచ్చిన పర్యవసానం పలితంగా పాపంతో కొట్టుమిట్టాడుతున్న సగటు మనిషే ఆయన శరణు గోరుతున్నాడు అటువంటి వారికి ఆయన ఆపద్బాందుడుగా ఉంటున్నాడు. ఈ సామాజిక మాధ్యములు ద్వారా ఈ పాపము మరింత విస్తరించబడుతున్న ఈనేపధ్యములో అనేకమంది మారుమనస్సు పొంది తమ పాత పాప జీవితాలునుండి విడుదల అవుతున్నారు. ప్రపంచవ్యాప్తంగా కోట్లకొలది ప్రజలు ఆయనను అంగీకరిస్తున్నారు. ఆధ్యాత్మిక విలువలలో మార్పు వస్తున్నాయి. మానవుడు సత్యము తెలుసు కుంటున్నాడు.

ఈభూమి మీద జీవించినంత కాలము మాత్రమే గాదు మరణానంతరము కూడా దేవుని సన్నిదిలో మానవుడు ఎలా మహిమకరంగా జీవించగలడు అనే విషయం తెలియ జేయడానికి ఉద్దేశించినదీ ఈ "యేసు పునరుత్థాన మహిమ- ప్రభావము". బైబిలును తాను అర్థము చేసుకున్న దానిని బట్టి, దానికి సంబంధించి వ్రాసిన గొప్ప గొప్ప దైవ జనులు వ్రాసిన పుస్తకములు చదివి తాను యేసుప్రభువును అవగాహన చేసుకున్న విధానమును బట్టియు మరియు దేవునితో గల సహవాసమును బట్టియు ఈపుస్తకము వ్రాయదానికి రచయిత ప్రేరేపించబడ్డాడు. అటువంటి ధన్యత, బలము, శక్తి దేవుడు తనకు అనుగ్రహించినందుకు దేవునికి స్తోత్రములు. ఈ

రచన ఆధ్యాత్మికంగా అయోమయ స్థితిలో వున్నవారిని బలపర్చుడానికి ఉద్దేసించినదేగాని ఎఒక్క మతాన్ని గాని ఎఒక్క వర్గాన్ని గురిచేసి వ్రాసినదిగాదు. బైబిలులో ఉన్న లేఖనములు మేరకే ఈఅంశము వ్రాయబడింది. గాబట్టి ఈ పరలోక రాజ్యమర్మములు ఎరిగి ఈలేఖనాలకు అనుగుణంగా తమ వ్యక్తిగత జీవితాలను సరిచూచికొని నీతిమంతులుగా జీవించి పరలోక రాజ్య మహిమను పొందగలరని ఆశించుచున్నాను. దేవునికి స్తోత్రము. హల్లెలూయ.

రచయిత

(పోలుమాటి భీమ్ జే రామ్)

పుస్తక రచనపై రచయిత సాక్ష్యము

దేశాధ్యక్షుడు "నీవీ పని చేయగలవా?" అని పిలుస్తున్నాడు. "నావల్ల కాదు. అది నేనెలా చెయ్యగలను? నేను చెయ్యలేను" అంటూ ఘరనాగా ఆదేశాధ్యక్షునికి రచయిత సమాధానం.

అది ఒక దేశాధ్యక్షుని భవనము. ఉదాహరణకు న్యూడిల్లీ లోని రాష్ట్రపతి భవనం అనుకోండి. రచయిత ఎందుకో గాని ఆదేశాధ్యక్షుని గది ముందు ఒరండాలో చాలా అసహనంగా అటూ ఇటూ తిరుగుతున్నాడు. ఆసమయంలో 'నీవీ పనిచెయ్యగలవా' అని ఆదేశాధ్యక్షుడు తన గదిలో నుండి తనను పిలుస్తున్నాడు. "నావల్ల కాదు.ఏదో అసహనం, అందువలన అది నేనెలా చెయ్యగలను, నేను చెయ్యలేను అని రచయిత బయటనుండే సమాధానము. అయినా ఎందుకో ఒక నిముషం ఆలోసించి రచయిత కంగారు పడ్డాడు. దేశాధ్యక్షుడు అడగడమేంటి, తాను ఘరనాగా చేయననడం ఎమిటి? అసలే ఆయన చేయమనే పని ఏమిటి? అని అనుకుంటూ ఆదేశాధ్యక్షుని గదిలోకి ప్రవేసించాడు. ప్రవేసించగానే ఆదేశాధ్యక్షుని చేతిలో ఉన్న పుస్తకంచూసాడు. దగ్గరకు వెళ్ళి ఆయన కూర్చున్న కుర్చీ ప్రక్కన నిలుచున్నాడు. ఆ దేశాధ్యక్షుని చేతిలో ఒక పుస్తకం ఉంది. అటువంటిదే మరో పుస్తకం. ఆయన టేబుల్ పై యుంది. ఆయన కూర్చున్న టేబుల్ ముందు అతిథులు కూర్చోవడానికి కుర్చీలు ఉన్నాయి గాని అక్కడ ఎవరూ లేరు. ఆయన తన చేతిలో ఉన్న పుస్తకంలోని ఆఖరు పేజీలను చూపిస్తూ " ఇంకా

ఈమూడు/నాలుగు పేజీలెగదా ఉంటూ రాసేయ్' అని అంటున్నాడు. రచయిత 'ఓహ్ ఇది నాకెందుకు తెలియదు. నేను రాసేయ్ గలను సార్' అని చెప్పి బయటకు వస్తున్నాడు.

ఆయన దగ్గరనుంచి బయటకు వస్తున్నప్పుడు పైనుండి క్రిందకు తెల్లటి అంగీ ధరించుకొని ఒక నల్లటి తాడుతో నడుము కట్టుకొని పొస్టరులాగ ఉన్న ఒక యవ్వనస్తుడు నావెనుక నుండి వేరొక రూమ్ లోకి వెళ్లుతుండడం చూసి రచయిత ఆయనను అనుసరించాడు. ఆరూమ్ ఆదేశాధక్షునికి ఆపీసుకు ఆనుకొని యుంది. ఆయన తన కుర్చిలో కూర్చునే ముందు తనను చూసాడు. ఆయన ముందు రచయిత చాలా విధేయతగా నుంచోనియున్నాడు. ఆయన రచయితతో ఏమంటున్నాడంటే 'నీవీ పని చెయ్యగలవు. వెళ్ళి చెయ్యి.". అన్నాడు. అంతే నిద్రనుంచి మెలుకువ వచ్చేసింది. ఇదీ మే నెల 2017 ఆఖరు వారంలో వచ్చిన స్వప్నం.

ఇక్కడ రచయిత ఈస్వప్నంను మరింత వివరంగా తెలియ జేయాలను కుంటున్నాడు. ఆకుర్చీలో కూర్చునియున్న ఆదేశాధక్షుని ప్రక్కన రచయిత నిలుచున్నాడు గాని రచయిత ఆయనను చూడలేడు. రూమ్ లోకి ప్రవేసిస్తుండగానే రచయిత దృష్టి ఆపుస్తకంపై పడేలా చేసాడు. ఆయన ప్రక్కన నిల్చున్నప్పుడు కూడా రచయిత దృష్టి ఆపుస్తకంపైనేయుంది. నేను ఈపని చేసేస్తాను సార్ అని చెప్పి వస్తున్నప్పుడు కూడా ఆయన ఎలా ఉంటాడో చూడలేదు కనీసం ఆదేశాధక్షుని చూసి నమస్కారం కూడా చెయ్యలేదు.

ఆయన దగ్గర నుండి బయటకు వస్తున్నప్పుడు తన వెనుకనుండి పొష్టరు లాంటి అంగీని ధరించికొనియున్న యవ్వనస్తుడు ఆ దేశాధక్షుని దగ్గరనుండే వేరే గదిలోకి వెలుతున్నట్లు గమనించి

రచయిత అతనిని అనుసరించాడు. ఈపొష్టరులాంటి యువ్వనస్థుడునైతే రచయిత స్పష్టంగానే చూసాడు. అతని ముందు రచయిత విధేయతగా నుంచోని యున్నాడు. ఆ యువ్వనస్థుడు 'నీవీ పనిచెయ్యగలవు'. 'చేసేయ్' అనడంతో మెలుకువ వచ్చేసింది.

పాఠకులు గమనించమనవి: ఈస్వప్నంలో రచయిత ఇద్దరు వ్యక్తులతో మాట్లాడడం చూస్తున్నాము. ఒకరు నీవీ పనిచెయ్యగలవా అని తన స్వరంతో పిలిచినవాడు తండ్రియైన దేవాది దేవుడు. ఇంకొకరు నీవీ పని చెయ్యగలవు, చేసేయ్ అని చెప్పినది పాఫ్టరు రూపంలో అంగీని ధరించుకొనియున్న యువ్వనస్థుడు యేసు ప్రభువు. ఒకరు కనిపించారు మరొక్కరు కనిపించలేదు. ఇదీ రచయిత అర్థం చేసుకున్న విధానము. దేవుని ప్రత్యక్షతలు అలానే ఉంటాయి. ఇలాంటి ప్రత్యక్షతలు రచయితకు అనేకసార్లు అనేక సందర్భాలలో బయలు పర్చబడ్డాయి.

ఇంతకీ ఈపుస్తక రచన గొడవ ఏమిటి, దాని నేపథ్యం ఏమిటి అని అనుకుంటున్నారా? ఇదిగో, దాని నేపథ్యము.

రచయిత ఈస్వప్నం రాక ముందు రెండు మూడు రోజులనుంచి బహు హృదయ భారంతో ఉన్నాడు. మూడు రోజులుగా రచయిత సరిగా అన్నము తినడంలేదు. మంచం మీద పడుకుని ఆలోసిస్తుంటే కన్నీరు ఆగడంలేదు. పరుపు తడిసి పోతుంది. హృదయం వేదనతో బరువెక్కిపోతుంది.దేవుని సన్నిదిలో వేదనతో రోదనతో నన్నెందుకు ఇలా భాదపెడుతున్నావు అని దేవుడుని ప్రశ్నిస్తున్నాడు. కారణం అప్పటికి పదిరోజుల ముందు పెద్ద కుమార్తె వివాహ విషయంలో ఎంతో ఆసక్తిగా ఈసంబంధం ఖాయమవుతాది అని ఎదురు చూసిన పెళ్లి సంబంధం కుదరలేదు. గత మూడు/నాలుగు సంవత్సరాలుగా పెళ్లిసంబంధాలు ఇదేవిధంగా చెడిపోతున్నాయి. అనేక ప్రత్యక్షతలుతో

అనేక విజ్ఞాపణలకు సమాధానము ఇస్తున్న దేవుడు ఈ విషయంలో ఎందుకో మౌనంగా ఉన్నాడన్న ఆవేదన.

నేను అవమానంతో కృశించియున్నాను. నాదేవా నా ఆర్తధ్వని నీవు ఆలకిస్తున్నవా? అంటూ యెషయ గ్రంథములోని 53 వ అధ్యాయము ద్వారా దేవుడికి జ్ఞాపకం చేస్తున్నాడు.దేవా, నా అతిక్రమ క్రియలను బట్టి నీవు గాయపరచ బడ్డానన్నావు. నాదోషములను బట్టి నీవు నలుగ గొట్ట బడ్డానన్నావు. నా పాపములను బట్టి నాకు రావలసిన శిక్షను నీమీద వేసుకున్నాననన్నావు. నావ్యసనాలను నీవు బరించానన్నావు. ఏది, ఎక్కడ? నాబదులు నేను చేసిన అపరాధములన్నిటికి, నేను చేసిన పాపములకు దోషములకు శిక్ష నాబిడ్డ అనుభవిస్తుంది. ఒకవేళ నేను చేసిన పాపాలు నీవు అంత బరించరానివైతే అవి నేనే భరించుకుంటాను. అవి నాతోనే అంత మైపోనివ్వు" నాబిడ్డ జీవితం వెలుగుతో నింపు. నాబిడ్డ జీవితంలో శుభకార్యం జరిపి కుటుంబంగా కట్టి ఫలింప జేసి నీమహిమార్థమైన కుటుంబముగా ఆబిడ్డను ఆశీర్వదించు' అంతేచాలు. నాపాపాలుకు బదులు నేను నాజీవితాన్ని ముగించుకుంటాను అని మొరపెడుతూ ఆమూడు రోజులు ఒకటే ఆవేదన. ఆ విధంగా హృదయ భారంతో కృంగి పోతున్న రచయితకు దేవుడు ఇస్తున్న జవాబు అది. తన వేదనకు రోదనకు దేవుడు సమాధానము ఇచ్చాడు గాని ఈసమాధానములో ఎదో చేయవలసిన కర్తవ్యాన్ని చూపిస్తున్నాడు. ఆకర్తవ్యం ఏమిటంటే దేవున్ని మహిమ పరుస్తూ వ్రాయ సంకల్పించిన ఆపుస్తకాని తిరిగి వ్రాయమనడం. మీరు గమనించారా? ఆయన ఒక పుస్తకంలో ఉన్న ఆఖరు పేజీలను చూపిస్తూ, ఇంకా ఈనాలుగు ఐదు పేజీలే గదా వ్రాసేయ్ అని చెప్పడం చూసారు గాదా? దాని చరిత్ర ఏమిటి చూద్దాము.

తప్పుడు బోధకుని బోధ పుస్తక రచనకు దారి తీయుట:

2012 అక్టోబర్ నెలలో రచయిత తాను ప్రవక్తనని చెప్పుకొనే ఒక అబద్ధ ప్రవక్తను కలవడం జరిగింది.అతడు యెహోవాను దేవునిగా అంగీకరిస్తాడు గాని యేసు ప్రభువుని దేవునిగా అంగీకరించడు. అంగీకరించకపోతే పోనీ, పర్వాలేదు. గాని అతడు యేసు ప్రభువువును దూషిస్తున్నాడు. తప్పుగా చిత్రీకరిస్తున్నాడు. తనవాదమే వాస్తవం అన్నట్లు సువార్త పుస్తకాలలోని అనేక రెఫరెన్స్ లు తప్పుగా ఎత్తిచూపుతున్నాడు తాను ప్రపంచములోని అన్నిమతాల గ్రంథాలు క్షున్నంగా చదివేసానని, తాను చాలా విద్వంసుడనని, తన స్వనీతి అంతటిని వ్యక్తపరుస్తూ అనేకమందిని తప్పుడు మార్గంలోకి మారుస్తున్నాడు. అప్పటికే అనేక పుస్తకాలు వ్రాసి చాలమందిని తప్పు దారి పట్టించాడు.

ఆ క్రమములో రచయితను కూడా మార్చడానికి ప్రయత్నము చేసాడు. రచయిత గనుక తన పాతజీవితంలో ఉండగా ఆతప్పుడు బోధకుని చేతిలో గనుక పడియుంటే, యేసుక్రీస్తును దూషించుటకు అతని ప్రధాన శిష్యుడైయుండే వాడు. ఈవిషయంలో దేవునికి కృతజ్ఞత స్తుతులు చెల్లించుచున్నాను. ఇప్పుడు రచయిత యేసు ప్రభువు నందు ఒక నూతన సృష్టి. యేసు ప్రభువు ప్రత్యక్షతలు, ఆయన సన్నిదిని ప్రగాడంగా అనుభవిస్తున్న వ్యక్తి. అతడు చెప్పున్న తప్పుడు బోధలు మరిముఖ్యంగా యేసుక్రీస్తును నిందిస్తూ అతడు పలుకుతున్న మాటలు రచయిత జీర్ణించుకోలేకపోయాడు.

ఆతప్పుడు భోదకుని మాటలు అనేక పుస్తకాలు విస్తారంగా చదవడం వల్ల కలిగిన వెర్రితనపు మాటలుగా అనిపించాయి. అతడిది కేవలం

పుస్తక జ్ఞానము మాత్రమే. అవి దేవుని ఎరిగిన మాటలు గావు. దేవుని వాక్యం గురించిన లోతైన అంతర దృష్టి అతనిలో ఉన్నట్టు అనిపించలేదు. దేవుని సన్నిది అతను అనుభవించినట్లు గాని, దేవుని స్పర్శ పొందినట్లు గాని, దేవునిలో ఉన్న అనేక లోతైన సంగతులను అతడు వివేసించినట్లు గాని రచయితకు అనిపించలేదు. ప్రపంచంలో కోట్లకొలది యేసును అంగీకరించే జనులు అతడికి పిచ్చోళ్లలా కనిపించారు. నీరో మరియు అనేక మంది రోమన్ చక్రవర్తులను ఎదిరించి యేసుకొరకు ఎంతమంది హతసాక్షులుగా ఎందుకయ్యారో సూక్ష్మ దృష్టితో అతనూ చూడనేలేదు. అనేక ఉపద్రవములను ఎదుర్కొంటూ యేసు ప్రభువులో క్రైస్తవ్యం ఎలా నిలబడగలిగిందో కూడా గ్రహించలేదు.

ఈవిషయం లో యేసు ప్రభువు చెప్పిన మాట జ్ఞాపకం చేసుకుందాము. "తండ్రీ, ఆకాశమునకును, భూమికిని ప్రభువా, నీవు జ్ఞానులకును వివేకులకును ఈసంగతులను మరుగు చేసి పసిబాలురకు బయలు పరచినావని నిన్ను స్తుతించుచున్నాను. అలాగు నీదృష్టికి అనుకూలమాయెను" (లూకా 10:21). అతను వాదించే ఎకైక విషయము ధర్మశాస్త్రము మరియు సబ్బాతు పాటించాలి. ఇవిపాటించకే లోకం నశించిపోతుంది. ఇది అతని వాదం. ప్రస్తుతం దేవుడు అతనికి తీర్పు తీరుస్తున్నాడని వినిపించింది.

ఈనేపథ్యములో అతడు యేసు ప్రభువును దూషిస్తున్నందుకు రచయిత తట్టుకోలేకపోయాడు. ఒకానొక సమయంలో యేసుక్రీస్తునే దూషించిన ఈరచయిత ఆ అబద్ధప్రవక్త యేసును దూషించడం తట్టుకోలేక పోయాడు. ఉద్రేకుడై అతని మాటలు ఖండించాడు.

యేసుక్రీస్తే మెస్సీయని, దేవుని కుమారుడని, నిజ దేవుడని పాపుల రక్షణార్థమై భూమికి వచ్చి సిలువయాగం చేసి పునరుత్థానుడై లేసి తనను విశ్వసించినవారిని నీతిమార్గాన నడిపిస్తున్నాడని అతనితో వాదించాడు. అతనితో మరింత వాగ్ వాదానికి మరొక సారి తలపడేలా అందుకు బైబిల్ ను మరింత క్షున్నంగా చదివి యేసే దేవుని కుమారుడని తెలియజేయదానికి రచయిత పుస్తకం వ్రాయ సంకల్పించాడు.

ఆసంఘటన జరిగిన నాటి నుండి బైబిలులోని పాతనిబంధన గ్రంథములోని యేసుకు సంబదించి ప్రవచనాలు/లేఖనాలు, వాటి నెరవేర్పులు సేకరించి ఒక పుస్తకం వ్రాయుట మొదలు పెట్టాడు. అంటే 2013 సంవత్సరమునుండి 2015 సంవత్సరం వరకు ఇంచుమించు మూడు సంవత్సరాలు పాటు "ఈయనే నా ప్రియకుమారుడు, ఈయన యందు నేనానందించు చున్నాను" అనే పుస్తకానికి సంబంధించిన సమాచారమంతా సిద్ధపరిచాడు. ఇంచుమించు 30/40 పేజీలు వ్రాసేటప్పటికి సాతాను రచయితలో భయము ప్రవేశపెట్టాడు. ఆ భయమేంటి అంటే రచయిత ఒక భాద్యతాయుతమైన సర్వీసులోయున్నాడు. ఆపని యిప్పుడు కాదులే. ఉద్యోగ విరమణ అయ్యాక చుద్దాములే అనుకొని ప్రక్కన పెట్టేసాడు.అదండీ సంగతి

దేవుడు పుస్తక రచనకు సంబంధించి అనేక ప్రత్యక్షతలు దర్శనములుద్వారాను మరియు కలలు ద్వారాను తెలియజేసాడు. అయితే వాటి భావమేమిటో స్పష్టముగా రచయిత గ్రహించలేకపోయాడు. అప్పటినుండి తలపెట్టిన అన్ని పనులు నెరవేరడంలేదు. రావల్సిన ప్రమోషన్ తన ముందు వరకు వచ్చి ఆగిపోయింది. ఉద్యోగ నిర్వాహణలో అన్ని అవమానాలే. పెద్ద బిడ్డ

వివాహ సంబంద విషయములో చేయని ప్రయత్నాలు అంటూ ఏమిలేదు. ఏ ప్రయత్నము కలసిరావడంలేదు. ఆఫీసులో అవమానాలు. బందుమిత్రులలో అవమానము. ఇంకా ఆఖరుగా ఒక నచ్చిన సంబంధము, ఇది ఖాయమై పోతాదనుకున్న సంబంధము ఎదురు చూసి ఎదురు చూసి మంచం పట్టవలసి వచ్చింది. ఆసమయంలో తెలియచేయబడిన దేవుని ప్రత్యక్షత ఇది.

క్రుంగిపోతున్న ఈనేపద్యములోనే దేవుడు స్వప్నం ద్వారా రచయితతో మాట్లాడాడు. తన మొర ఆలకించాడు. సమాధానమిచ్చాడు. తాను చేయవలసిన కార్యము గురిచి ఉపదేశించాడు. ఎంతచక్కగా పుస్తకము వ్రాయమని రచయితకు అర్థమయ్యేలా ఆదేసించాడండి.. నీవీ పని చేయగలవు అని బరోష నిచ్చాడు. స్వప్నం నుంచి మెలకువ వచ్చినప్పుడు దేవుడు మాట్లాడడని గ్రహించాను. హృదయం తేలికైపోయింది.

దేవుడు పుస్తక రచనకు తనకు ఇచ్చిన శక్తి సామార్థ్యాలకు కృతజ్ఞత స్తుతులు. "ఈయనే నాప్రియ కుమారుడు ఈయన యందు నేనానందిచుచున్నాను" అనే పుస్తకం వ్రాసి తన పాష్టరుగారికి అంకితంచేసి ఆయన పేరునే ఆ పుస్తకం ప్రచురించడం జరిగింది. తరువాత "ఇదిగో లోక పాపమును మోసుకొను పోవు దేవుని గొఱ్ఱెపిల్ల" అనే పుస్తకం 2021 లో వ్రాయబడింది. ఆపుస్తకం విడుదల చేయబడిన వెంటనే రచయిత జీవితంలో గొప్ప అద్భుతం జరిగింది. ఆగిపోయిన శుభకార్యం గొప్పగా జరిగిపోయింది. ఇంకా కుటుంబములో అనేక మేలులు జరిగాయి. ఈసందర్భములోనే ఆయనను మహిమపరుస్తూ ఈపుస్తకము వ్రాయబడుతుంది. ఈసాక్ష్యము ద్వారా దేవునికి మహిమ చెల్లిస్తున్నాను. హల్లేలూయ.

అయితే ఒకానొక సమయంలో యేసుక్రీస్తును బహుగా దూషించి ఆయనకు దూరంగా ఉన్నవ్యక్తి ఎలా మళ్లీ ఆయన దగ్గరకు వచ్చాడనేదిగా మీసందేహం. ఆసాక్ష్యం పునరుత్థానుడైన యేసుక్రీస్తు తన శిష్యులకు ఏ రీతిగా తన ప్రత్యక్షతలు కలుగజేసాడు అనే సందర్భములో ప్రాయబడినది. దయవుంచి చదువగలరు

విషయ సూచిక

*** మొదటి భాగము ***

Chapters:

*** ముగింపు***

యేసు పునరుత్థాన మహిమ- ప్రభావము
The Ressurection Glory of Jesus - Its impact

మొదటి బాగము

దయగల దేవుడు ప్రేమ గల తండ్రి తన కృపతో లోకానికి తన్ను తాను తన ప్రియ కుమారుడైన యేసుక్రీస్తు ద్వారా ప్రత్యక్షపరచుకొనుట గొప్ప అనుగ్రహము. నశించు పోతున్న సమస్త జనులకు రక్షణ కలిగించుట ఆయన ప్రణాళిక. మనస్సును యొక్కయు శరీరము యొక్కయు కోరికలను నెరవేర్చుకొనుచూ స్వభావసిద్ధముగా దేవుని తీర్పులో యున్న మానవుడు నశించుపోవుట దేవుని చిత్తముగాదు.రాబోవు యుగములలో తన బిడ్డలు తనఎదుట పరిశుద్ధులుగాను నిర్దోషులునుగాను యుండవలెనని క్రీస్తు యేసు ద్వారా మార్గము సిద్ధపరచుట పరిశుద్ధుడైన మన దేవుని సంకల్పము. లోకమంతయు దేవుని దృష్టిలో మృతమైయుండగా అట్టిస్థితినుండి మానవుడు బయట పడుటకు ప్రేమ, దయ జాలి కృప కలిగిన దేవుడు మానవుని తిరిగి రక్షించి తన దగ్గరకు చేర్చుకొనుటకు రచించిన ప్రణాళికే యేసుక్రీస్తు సిలువ యజ్ఞము.

దేవుడు సంకల్పించిన ప్రణాళిక తన ప్రియకుమారుని ద్వారా నెరవేర్చిన సిలువ యజ్ఞం వృదా కాలేదు.ప్రపంచ వ్యాప్తంగా మంచి పలితాలనే ఇస్తుంది. కోట్ల కొలది ప్రజలు రక్షణ పొంది దేవుని నిత్య రాజ్యానికి వారసులయ్యారు. అవుతున్నారు. ఇంకా అనేకమంది

కావలసియుంది. ఈలోకం శాశ్వతం కాదని, ఈలోకంలో మనము కేవలం యాత్రికులమేనని, గొప్ప గొప్ప సామ్రాజ్యలను స్థాపించిన చక్రవర్తులు కూడా ఈలోకములో నుండి కనుమరుగైనారని, వారు సంపాదించిన ఆస్తులు రాజ్యాలు అన్యాక్రాంతము జరిగినాయని గ్రహించి మరణానంతరము కూడా మనకు వేరే లోకము ఒకటి ఉందని అది దేవుని నిత్య రాజ్యమైనా గావచ్చు లేక నిత్యాగ్నికావచ్చు అని గ్రహించి యేసుక్రీస్తు చూపే మార్గము దేవుని నిత్యరాజ్యానికి వారసులునుగా చేయగలిగే మార్గముగా భావించి దానిని ఇతరులకు తెలియజెప్పడమే ఈ చిన్ని ప్రయత్నముగా రచయిత ఉద్దేశము.

పునరుత్థానము అంటే ఏమిటి

పునరుత్థానము అనగా తిరిగి లేచుట(a raising again); తిరిగి జీవించుట(coming back to life); పునరుద్ధరించబడడం(revival); చనిపోయినవాడు తిరిగిలేచి జీవించడం(The act of arising from the dead and becoming alive again, The act of bringing something that had disappeared or ended back into use or existance); అని అనేక అర్థాలు ఇస్తున్నవిగదా. వీటన్నిటి మూలభావం గ్రహించితే గతంలో ఉనికిలో ఉన్న వస్తువు మాయమై తిరిగి ఉపయోగములోకి తేబడుట లేక గతంలో ఉండి మరుగైనది తిరిగి ఉపయోగంలోకి తీసుకు రాబడటం అనేది స్పష్టముగా మనకు అర్థం అవుతుంది.

మరణము అనగా ఆత్మ ఒక స్థితి నుండి మరోస్థితికి కొనిపోబడుట

ప్రభువునందు నిద్రించిన స్వర్గీయ సాదు సుందర సింగ్ అనే దైవజనుడు భూమి మీద పరచర్య చేస్తున్న సమయంలోవారి ఆత్మీయ నేత్రములు తెరువబడి అనేక దర్శనాలు చూస్తూ ఉండేవారని ఆసమయంలో యేసుక్రీస్తు మహిమ గల పరమ సన్నిదిలో గంటల కొలది దేవదూతలతోను, మృతుల ఆత్మలతోను సంభాషిస్తూ ఉండేవాడని ఆయన వ్రాసిన పుస్తకాలు చదువుతుంటే అర్థమవుతాది.

పునరుత్థానానికి సంబందించి ఆయన దర్శన అనుభవాలను ఈసందర్భములో కొన్నిటిని ధ్యానిద్ధాము.

1. మరణము మన ఆత్మను అంతము చేయుటలేదు. మరణము మనలో ఉన్న ఆత్మను ఒక స్థితి నుండి మరోస్థితికి కొనిపోవుచున్నది. ఒక వస్తువు మన కంటికి కనబడనంత మాత్రమున అది లేదని చెప్పజాలము .

2. సృష్టికర్త తన స్వరూపమందు సృష్టించిన మానవుని ఎలా నాశనం చేస్తాడు. నాశనం చేయు కోరిక ఆయన కుండిన ఎడల ఆయన తన స్వరూపంలో తన పోలిక చొప్పున మానవున్ని సృష్టించేవాడు కాదు. మీరు ఫలించి అభివృద్ధి పొంది విస్తరించి భూమిని నింఢించి దానిని లోబరచుకోమని మరియు భూమి మీద ఉన్న ప్రతీ జీవిని ఏలమని ఆశీర్వదించేవాడే కాదు.

3. మరణము తర్వాత ప్రతీ మానవుని ఆత్మ పాతాళలోకములోని పరదైసు లోనికి ప్రవేసించు చున్నదని, పరదైసుకు చేరిన తక్షణము మంచి ఆత్మలు, చెడ్డ ఆత్మలుగా ప్రత్యేకింపబడుతున్నారని; లోకమందు అందరూ కలసి ఉన్నట్టు పరదైసులో మాత్రము అలాలేదని తెలియ జేస్తున్నాడు. భూమిమీద నివసించిన మానవుడు తన ఆత్మీయ అనుభవమును బట్టి, అభివృద్ధిని బట్టి, స్వభావమును బట్టి మరణానంతరము చీకటి లోకములోకిగాని లేక మహిమ లోకానికి ప్రవేసిస్తున్నాడు అని తెలియ జేస్తున్నాడు.

పునరుత్థానమును, జీవమును నేనే: నాయందు విశ్వాసముంచువాడు చనిపోయినను బ్రతుకును.

బ్రతికి నాయందు విశ్వాసముంచు ప్రతీవాడును ఎన్నటికిని చనిపోడు"(యోహాను11:25,26)

తన సహోదరుడైన లాజరు మరణించి సమాది చేయబడిన తరువాత మార్తతో యేసు ప్రభువు మాట్లాడుతున్న సందర్భమిది.లాజరు మరణము నేపథ్యంలో యేసుప్రభువు దైవత్వమునకు సంబంధించి ఎన్నో సత్యములు తెలియ బరచబడుతున్నవి. ముందు ఆయన దైవత్వమునకు సంబంధించిన ఈమాట భావము ఏమిటో తెలుసుకుందాము.

'నాయందు విశ్వాసముంచువాడు చనిపోయినను బ్రతుకును అనే మాట యేసు క్రీస్తు రెండవసారి భూమి మీదకు వచ్చు సమయంలో ఆయనయందు విశ్వసముంచి చనిపోయిన విశ్వాసులు మొదటిగా మృతులలో నుండి లేచెదరు అనే సత్యాన్ని తెలియజేయుచుండగా రెండవది "బ్రతికి విశ్వాసముంచువాడు ఇక ఎన్నటికి చనిపోడు" అనేది భూమిపై సజీవులుగా యుండు ఆయన విశ్వాసులు తన రెండవరాకడలో సజీవంగా ఎత్తబడు జీవపునరుత్థానానికి సంబంధించిన సత్యాన్ని ఆయన మాటల్లో ప్రతి ద్వనిస్తుంది.

తాను మరణించి పునరుత్థానుడై లేచి ఆరోహణుడై అనేక వందల సంవత్సరాల అనంతరము తన రెండవ రాకడలో సంభవించు సంఘటనను దృష్టిలో ఉంచుకొని యేసు మాట్లాడుతున్నాడు. ఆయన శరీరధారి రూపములో ఉన్న దేవుడు. ఈవిషయాన్ని మరింత లోతుగా జీవ పునరుత్థానములో చూడగలము. అయితే ఆయన పలికిన

ఈమాటల నేపథ్యమేమిటో తెలుసుకుందాము.(యోహోను సువార్త 11 వ అధ్యాయము).

యెరుషలేముకు దగ్గరలో బేతనియ అనుగ్రామములో లాజరు అనేవాడు ఒకడు ఉన్నాడు. అతనికి మరియ, మార్త అనే ఇద్దరు సహొదరిలు ఉంటారు. ఈలాజరు అనేవాడు రోగియై చనిపోవుటకు సిద్ధముగా ఉంటాడు. యేసు మార్తను, ఆమె సహొదరిమరియను వారి సహొదరుడు లాజరును ఎక్కువుగా అభిమానిస్తాడు. గనుక అతని అక్క చెల్లెండ్రు ప్రభువా, ఇదిగో నీవు ప్రేమించువాడు రోగియై యున్నాడు అని ఆయన యొద్దకు వర్తమానము పంపుట ద్వారా ఈసహొదరిలు తమ దయనీయమైన పరిస్థితిని ప్రభువుకు తెలియజేస్తారు.

ఈవ్యాధి మరణముకొరకు వచ్చినది కాదు గాని ఆవ్యాధి లాజరుకు వచ్చుటలో గల నిజమైన ఉద్దేశం దేవుడు మహిమపరచబడటం, దాని ద్వారా దేవుని కుమారుడునైన తను కూడా మహిమపరచబడాలి అని యేసునకు తెలుసు. అయితే అతడు రోగియై యున్నాడని యేసు వినినప్పుడు తానున్న చోటనే యింకా రెండు దినములు ఉంటాడు. నిజంగా ప్రభువైన యేసు ఈముగ్గురు విశ్వాసులను ప్రేమించిన ఎడల ఆయన తాను చేస్తున్న సమస్తాన్ని విడిచిపెట్టి త్వరగా వారియొద్దకు చేరియుండవలసినదని మనము భావిస్తాము. కాని దానికి విరుద్ధముగా ఆవర్తమానము విన్న తరువాత కూడా యేసు తానున్న చోటనే యింకా రెండు దినములు ఎక్కువుగా ఉన్నాడు.

వాస్తవానికి లాజరు అస్వస్థతకు గురైయున్నాడని తనకు వర్తమానం అందినప్పటికే లాజరు చనిపోయాడని ఆయనకు తెలుసు. ఆయన మానవ రూపంలో ఉన్న దేవుడు. ఆయన సర్వజ్ఞుడు. సర్వము తెలిసినవాడు. రెండు రోజులు ఆగి ఇప్పుడాయన లాజరును లేపడానికి

వస్తున్నాడు. ఈయన బేతనీ వచ్చేటప్పటికే చనిపోయిన లాజరు దేహం సమాధిలో ఉంచబడి నాలుగు దినాలు గడిచిపోయింది. జరుగబోయే అద్భుతమును చూచి మీరు నమ్మునట్లు నేనక్కడ ఉండలేదని మీనిమిత్తము సంతోషించుచున్నాను. అయినను అతనియొద్దకు మనము వెళ్లుదము రండని స్పష్టముగా శిష్యులతో కూడా చెప్పుతాడు. (యోహాను11:1-16).

చనిపోయిన లాజరును ప్రభువైన యేసు వచ్చి తిరిగి లేపుటద్వారా మరొకసారి యేసును నిజమైన మెస్సీయగా ప్రజలకు ప్రత్యక్షపరచుటకు దేవుడే ఆ సంభవం జరుగునట్లు అనుమతించాడు. లాజరు పునరుత్థానం ద్వారా యేసు ప్రభువుని ఒక దైవకుమారునిగా ప్రజలు గుర్తించాలి. ఇది దేవుని సంకల్పము.

చనిపోయిన లాజరు సమాదిలో పెట్టబడి నాలుగు దినములు గడచిపోయాయి. అతని కుటుంబానికి చెందిన బందు మిత్రులు మరియు యూదులలో అనేకమంది మరియును మార్తను లాజరు మరణ నిమిత్తమై ఓదార్చుటకు వస్తూ ఉన్నారు. నాలుగవ రోజున యేసు కూడా తన శిష్యులతో యేసు బేతనియ గ్రామానికి వచ్చాడు.

యేసు వస్తున్నాడన్న వార్త విని మార్త యేసుకు ఎదురేగి ఆయన పట్ల తనకున్న అచంచలమైన విశ్వాసముతో "ప్రభువా, నీవిక్కడ ఉండిన ఎడల నాసహొదరుడు చావకుండాఉండియుండేవాడు అని అంటాది. బహుసా యేసు వారి మధ్యలో ఉన్నట్లయితే లాజరును చనిపోకుండా ఆపగలిగేవాడని మార్త విశ్వాసం. అవును అనేకమందిని మరణాపాయకర రోగాలనుండి స్వస్థపరిచిన యేసయ్యకు లాజరును స్వస్థపరచుట అనేది కష్టమైన పనికాదు. చనిపోయిన ఇద్దరిని యేసు

బ్రతికించాడు. ఇలాంటి రెండు సంఘటనలు తరువాత పేజీల్లోచూస్తాము.

అయితే ప్రభువు సుదూరంలో ఉండడం వలన తన సహోదరుడు చనిపోయాడని, చనిపోయి అప్పటికే నాలుగు రోజులయ్యింది గాబట్టి తన సహోదరుడుని అంత్యదినాన అయినా లేపి దేవుని సన్నిదిలోకి ప్రవేశ పెట్టగలిగే సమర్థుడనే ఉద్దేశంతో, ఇప్పుడైనను నీవు దేవుని ఏమడిగినను దేవుడు నీకనుగ్రహిస్తాడని నాకు తెలుసు' అని అంటాది. గాని తన సహోదరుడైన లాజరు తిరిగి బ్రతికించబడతాడని మాత్రం ఆమెకు విశ్వసం లేదు. అందుకు యేసు "నీ సహోదరుడు లేచును' అని అంటాడు. అందుకు ఆమె "అంత్యదినమున పునరుత్థాన దినమందు లేస్తాడని నేను ఎరుగుదును" అని అంటాది

అప్పుడు యేసు ప్రభువు "పునరుత్థానమును జీవమును నేనే; నాయందు విశ్వాసముంచువాడు చనిపోయినను బ్రతుకును.

బ్రతికి నాయందు విశ్వాసముంచు ప్రతీవాడును ఎన్నటికిని చనిపోడు" అని అంటాడు. ఆమె అవును ప్రభువా నీవు లోకానికి రావలసిన దేవుని కుమారుడైన క్రీస్తువు అని తెలుసును అని అంటాది. తరువాత వారు లాజరు సమాధియొద్దకు వెలతారు.

లాజరు సమాదిపై ఉంచబడిన ఆ రాయిని తీసివేయుడని యేసు చెప్తాడు. అందుకు మార్త ప్రభువా, అతడు చనిపోయి నాలుగు దినములైనది గనుక ఇప్పటికే వాసన కొట్టునని ఆయనతో చెప్తాది. అందుకు యేసు **నీవు నమ్మిన ఎడల దేవుని మహిమ చూతువని** ఆమెతో చెప్పాడు. అంతట వారు ఆరాయి తీసివేస్తారు. యేసు కన్నులు పైకెత్తి తండ్రీ, నీవు నామనవి వినినందున నీకు కృతజ్ఞతా స్తుతులు

చెల్లించుచున్నాను. నీవు ఎల్లప్పుడు నామనవి వినుచున్నావని నేనెరుగుదును గాని **నీవు నన్ను పంపితివని** చుట్టూ నిలిచియున్న ఈజనసమూహము నమ్మునట్లు వారినిమిత్తమై ఈమాట చెప్పుచున్నానని తండ్రిని మహిమ పరచి, **లాజరూ, బయటకు రా, అని బిగ్గరగా** చెప్పుతాడు. అలాగున లాజరు బయటకు రమ్మని బిగ్గరగా చెప్పగా, చనిపోయినవాడు కాళ్లుచేతులు ప్రేతవస్త్రములతో కట్టబడినవాడై వెలుపలికి వస్తాడు. అతని ముఖమునకు రుమాలు కట్టబడియుంటాది. అంతట యేసు మీరు అతని కట్లు విప్పి పోనీయుడని వారితో చెప్పుతాడు. యేసు చేసిన ఆకార్యమును చూసిన అనేకమంది ఆయనను దైవకుమారునిగా నమ్మిక ఉంచుతారు. ఇక్కడ చనిపోయిన వాడు తిరిగి లేచాడు. ఆ అద్భుతకార్యాన్ని దగ్గరనుండి చూచిన అనేకులు తమకు ఆయనపైనున్న సందేహాలను ప్రక్కన పెట్టి ఆయన దైవత్వాన్ని అంగీకరిస్తారు.

సామెతలు 8:22-39 శరీరరూపములో నున్న యేసుక్రీస్తు పూర్వ స్థితిని తెలియజేస్తుంది

మన తండ్రియైన అబ్రహామ్ చనిపోయెను. నీవతనికన్నా గొప్పవాడవా? అయినను నీవెవడవు అని చెప్పుకొనుచున్నావని యూదులు యేసును ప్రశ్నిస్తారు. అందుకు యేసు యూదులతో "అబ్రహామ్ పుట్టకమునుపే నేను ఉన్నానని మీతో నిశ్చయముగా చెప్పుచున్నానని" చెప్పుతాడు.

అవును సహోదరి సహోదరులారా, ఆయన సృష్టికర్త. ఆయన దేవుడైన యెహోవా బాహువులో ఒక అంతర్భాగము. కేవలము మానవుని పాపముల ప్రక్షాళన నిమిత్తమే ఆయన శరీరధారియై

ఈలోకములో పుట్టాడు. యేసు ప్రభువు పూర్వ స్థితి గూర్చి సామెతలు 8:22-39 ఈరకంగా చెప్పున్నాయి ఒకసారి చూద్దామా?

పూర్వకాలమందు తన సృష్ట్యారంబమున తనకార్యములలో ప్రధానమైనదిగా యెహోవా నన్ను కలుగజేసెను. అనాది కాలము మొదలుకొని మొదటినుండి భూమి ఉత్పత్తి యైన కాలమునకు పూర్వము నేను నియమించబడితిని. ప్రవాహ జలములు లేనప్పుడు నీళ్లతో నిండిన ఊటలు లేనప్పుడు నేను పుట్టితిని. పర్వతములు స్థాపింపబడకమునుపు కొండలు పుట్టకమునుపు భూమిని దాని మైదానములను ఆయన చేయకమునుపు నేలమట్టిని రవంతయు సృష్టింపక మునుపు నేను పుట్టితిని. ఆయన ఆకాశ విశాలమును స్థిరపరచినపుడు మహాజలములమీద మండలమును నిర్ణయించినపుడు నేనక్కడ ఉంటిని. ఆయన పైన ఆకాశమును స్థిరపరచి నపుడు నేనక్కడ ఉంటిని. ఆయన పైన ఆకాశమును స్థిరపరచినపుడు జలధారలను ఆయన బిగించినపుడు జలములు తమ సరిహద్దులు మీరకుండునట్లు ఆయన సముద్రమునకు పొలిమేరను ఏర్పరచినపుడు భూమియొక్క పునాదులను నిర్ణయించినపుడు నేను ఆయన యొద్ద ప్రధాన శిల్పినై అనుదినము సంతోషించుచూ నిత్యము ఆయన సన్నిదిని ఆనందించుచుంటిని.ఆయన కలుగజేసిన పరలోకమును బట్టి సంతోషించుచూ నరులను చూచి ఆనందించుచుంటిని.

కావున పిల్లలారా, నామాట ఆలకించుడి. నామార్గముల ననుసరించువారు ధన్యులు. నాడపదేశమును నిరాకరింపక దాని నవలంబించి జ్ఞానులైయుండుడి. అనుదినము నాగడపయొద్ద కనిపెట్టుకొని, నా ద్వారభందముయొద్ద కాచుకొని నాడపదేశము

వినువారు ధన్యులు. నన్ను కనుగొనువాడు జీవమును కనుగొనును. యెహోవా కటాక్షము వానికి కలుగును.

ఆందుచేతనే యోహాను తన సువార్త మొదటి అధ్యాయము నందు ఆదియందు వాక్యముండెను . వాక్యము దేవుని యొద్దనుండెను . వాక్యము దేవుడైయుండెను. ఆయన ఆదియందు దేవునియొద్దనుండెను.సమస్తమును ఆయన మూలముగా కలిగెను. కలియున్నదేదియు ఆయన లేకుండా కలుగలేదు. ఆయనలో జీవముండెను. ఆజీవము మనుష్యులకు వెలుగైయుండెను.

ఆయన దేవుని మహిమయొక్క తేజస్సును ఆయన తత్వముయొక్క మూర్తిమంతమునైయుండి తన మహత్తుగల మాటచేత సమస్తమును నిర్వహించుచూ పాపములవిషయములో శుద్ధీకరన తానేచేసి ... ఉన్నతలోకమందు మహామహుడగు దేవుని కుడిపార్శ్వమున కూర్చుండెను (హెబ్రీ 3:4)

మానవుని పాపము విషయములో శుద్ధీకరణము చేయుటకై ఆయన కన్య యైన మరియ గర్భమున మానవ ప్రమేయము లేకుండా పరిశుద్ధాత్ముడు అనగా పరిశుద్ధుడైన దేవుడైన యెహోవా బాహువు నుండి జన్మించిన వాడు.**కావుననే 'పునరుత్థానమును జీవమును నేనే' అని తనకు తానే ధైర్యముగా ప్రకటించుకున్నాడు.**

లాజరును బ్రతికించిన విధముగానే యేసు గలిలయ పశ్చిమ సముద్ర తీరమున నుండగా యాయిరు అను పేరుగల సమాజ మందిరపు అధికారి కుమార్తెను బ్రతికించడం మార్కు 5 వ అధ్యాయములో చూడగలము.

అదేవిధముగా నాయిన అను ఒకగ్రామములో చనిపోయి సమాధి చేయబడడానికి తీసుకు వెల్తున్న విధవరాలు ఒక్కగానొక్క కుమారుని బ్రతికిస్తాడు**(లూకా   7:11-16).** ఈసంఘటనలు **యేసుక్రీస్తు మృతులను లేపుటకు శక్తిమంతుడని** నిర్ధారణచేయుచున్నది.

గ్రహించాలి: పైన పేర్కొనిన మూడు సంఘటనలలో చనిపోయి లేపబడినవారు వారి ఆయుష్షు కాలము పూర్తయ్యాక మరలా చనిపోయారు. **ఈపునరుత్థానము అంత్యదినమున జరుగు పునరుత్థానమునకు సాటిగాదు.** చనిపోయిన వారిని యేసు ప్రభువు తిరిగి బ్రతికించాడు. బ్రతికిన వారు వారి జీవించినకాలమంతయు దేవుని మహిమ పరుస్తూ బ్రతికారు. వృద్ధాప్యం వచ్చాక తిరిగి చనిపోయారు. అయితే అంత్య దినాలలో జరుగు పునరుత్థానము వేరు.

పునరుత్థానము గూర్చి ప్రభువైన యేసు క్రీస్తు యింకా ఏమంటున్నాడంటే:

దీనికి ఆశ్చర్య పడకుడి. ఒక కాలము వచ్చు చున్నది. ఆకాలమున సమాధులలో ఉన్నవారందరు ఆయన శబ్దము విని మేలు చేసినవారు జీవ పునరుత్థానానికి; కీడు చేసినవారు తీర్పు పునరుత్థానానికి బయటకు వచ్చెదరు. *"(Marvel not at this: for the hour is coming, in the which all that are in the graves shall hear his voice, And shall come forth, they that have done good, unto the* **ressurction of life***; and they that have done evil, unto the* **resurrection of damnation). (యోహాను 5:28,29)**

యెరుషలేములో బెతెస్ద అనబడిన ఒక కోనేరు దగ్గర ముప్పది ఎనిమిది ఏండ్ల నుండి వ్యాధితో భాదపడుతున్న ఒక మనుష్యని

విశ్రాంతి దినమున యేసు స్వస్థ పరుస్తాడు. ఆ స్థలం దగ్గర నుండి స్వస్థపడిన వారు తన పరుపునెత్తికొని తన ఇంటికి వెళ్లుచుండగా యూదులు విశ్రాంతి దినమును అతిక్రమిస్తున్నాడని ఆతనికి అభ్యంతరము తెలియజేస్తూ ఈ విశ్రాంతి దినమున నిన్ను స్వస్థపరిచినవాడు ఎవడని ప్రశ్నిస్తారు. ఆ స్వస్థత నొందినవాడు దేవాలయములో తనను స్వస్థపరిచిన వాడు యేసు అని సాక్ష్యమిస్తాడు. ఆదినమునుండి యూదులు యేసును శోధించడం మొదలుపెడతారు. ఆసందర్భములో తన దైవత్వానికి సంబంధించి యేసుఈరకంగా మాట్లాడుతున్నాడు.

యేసు ప్రభువు యూదులకు తెలియజేయు మరింత ఆశ్చర్యకరమైన సత్యాలూ ఏమిటంటే:

తండ్రి మృతులను లేపి ఎలా బ్రతికించునో అలాగే కుమారుడును తనకిష్టము వచ్చిన వారిని బ్రతికించును. తండ్రిఎవనికిని తీర్పు తీర్చడు గాని తండ్రిని ఘనపరచునట్లుగా అందరునూ కుమారుని ఘనపరచాలని తీర్పుచెప్పుటకు సర్వాధికారము కుమారునికి అప్పగించియున్నాడని చెప్పుతాడు. నా మాటవిని నన్ను పంపినవానియందు విశ్వాసముంచువాడు నిత్యజీవము గలవాడు. వాడు తీర్పులోకి రాక మరణములోనుండి జీవములోనికి దాటియున్నాడని నిశ్చయముగా చెప్పుచున్నానని చెప్పుతాడు.

గాబట్టి ఇక్కడ ప్రస్తావిస్తున్న మాటలు అంత్యకాలము నకు సంబంధించిన మాటలు అనగా యుగ సమాప్తి కాలము లేక ప్రస్తుతమున్న సృష్టి లయము చేయబడు కాలము.

రానున్నఆ కాలంలో సమాధులలో ఉన్నవారు ఆయన స్వరం వింటారని చెప్పున్నాడు. ఈమాట చెప్పడానికి చాలా గొప్ప అర్హత గావాలి. మనుష్యుడైన వాడు ఈమాట చెప్పలేదు. తనయందు విశ్వాసముంచి మరణించిన వారందరు ఆ దినాన తిరిగి లేప బడతారు. కొందరు జీవము పొందుటకును మరికొందరు తీర్పు పొందుటకును లేపబడతారు. వర్తమాన భూత భవిషత్ కాలాలలో జీవించు వారెవ్వరైన సరే ఈరెండు పునరుత్థానములలో ఏదో ఒక దానిలో పాలుపొందికోవలసినవారే. అదే తీర్పు తీర్చబడు కాలము.

మనలో ప్రతీ ఒక్కరికి బౌతికపరమైన జీవము పుట్టినప్పుడే ఇవ్వబడింది. ఆ జీవము మరణమప్పుడు తీసివేయబడుతుంది. బైబిలు ప్రకారము మరణమయినప్పుడు శరీరము నుండి తీసివేయబడిన ఆజీవము పాతాళలోకములో వారికి సిధ్ధపరచబడిన స్థలాలలో ఉంటాయి. తీర్పు తీర్చబడుకాలములో ఆ మృతులు యేసు క్రీస్తు సన్నిధిలో నిలుస్తారు. అక్కడ వారికి జరిగే తీర్పులో మేలు చేసిన వారికి, కీడు చేసిన వారికి వారి వారి క్రియలను బట్టి వారికి తీర్పుజరుగుతుంది. తద్వార వారు జీవపునరుత్థానానికి గాని లేక తీర్పు (కీడు) పున్నరుత్థానానికి అర్హులవుతారు. ఆదినము గూర్చే యేసు ప్రభువు మ్మాట్లాడుతున్నాడు. "దీనికి ఆశ్చర్య పడకుడి; ఒక కాలము వచ్చు చున్నది.ఆకాలమున సమాధులలో ఉన్నవారందరు ఆయన శబ్దము విని మేలు చేసినవారు జీవ పునరుత్థానానికి; కీడు చేసినవారు తీర్పు పునరుత్థానానికి బయటకు వచ్చెదరు అని అంటున్నాడు.

అయితే "నామాటవిని నన్ను పంపినవానియందు (దేవుడ్డైన యెహోవా యందు) విశ్వాసముంచువాడు నిత్య జీవము గలవాడు. వాడు తీర్పులోకి రాక మరణములోనుండి జీవములోనికి

దాటియున్నాడు అని మీతో నిశ్చయముగా చెప్పుచున్నాను (యోహాను 5:24).

ఈవాక్యములోని పరమార్థము ఇంకా లోతుగా ధ్యానిద్దాము.

నామాటవిని : అన్న మాటకు యేసు మాటవిని దానిని అంగీకరించి దానిని విశ్వసించి ఆమాటకు విధేయులై జీవించడం. సువార్త ప్రకటించబడుతుండగా అనేకులు వింటారు.ఆసువార్తను నమ్ముదురు..అయితే యేసు ప్రభువు చేయు భోధ దైవ సంభందమైనదని ఆయన లోకరక్షకుడని నమ్మి ఆయనను అంగీకరించడం.

నన్ను పంపిన వానియందు విస్వాసముంచువాడు : అనగా యేసు ప్రభువును భూమి మీదకు పంపిన దేవునియందు విశ్వాసముంచుట. అయితే ఒకడు దేవుని యందు విశ్వాసముంచినంత మాత్రాన వాడు రక్షింపబడునని దీని భావం కాదు. అనేకమంది చర్చికు వచ్చి వాక్యం వింటారు. అంతమాత్రాన హృదయ పరివర్తన చెందిన వారుకాదు. తనను పంపిన దేవుడు ఏఉద్దేశంతో ఆయనను భూమి మీదకు పంపాడు. ప్రభువైన యేసుక్రీస్తును గూర్చి లేఖనములు నెరవేర్పు యేసు ప్రభువునందు ఎలాఉంది తెలుసుకోవాలి. తద్వార ఆపంపినవానియందు విశ్వాసముంచాలి మరియు తన కుమారుని కల్వరి సిలువ యజ్ఞం ద్వారానే పాపాలు తీసి వేయబడతాయని విశ్వసించాలి. తద్వార ప్రభువైన యేసును తనకు రక్షకునిగా అంగీకరించాలి.

నిత్య జీవము గలవాడు. ప్రభువైన యేసుక్రీస్తు నిత్యజీవము గలవాడు. యోహాను సువార్త 5:26 ఏమి చెప్పుందంచే "తండ్రి ఎలాగు తనంతట తాను జీవము గలవాడైయున్నాడో అలాగే కుమారుడు కూడా తనంతట తానే జీవము గలవాడై యుండుటకు కుమారునికి అధికారము అనుగ్రహించెను". తండ్రియైన దేవునికి ఎవని ద్వారాసు జీవం ఇవ్వబడలేదు. ఆయనే ఆజీవానికి మూలం. ఆజీవానికి అంతం

లేదు. ప్రభువైన యేసు ఆయన బాహువు నుండి ఉద్భవించిన కుమారుడు గనుక ఆయనకు కూడా తానంతట తానే జీవము గలవాడై యుండుటకు కుమారునికి అధికారము అనుగ్రహించాడు. కుమారుడు కూడా తనను విశ్వసించిన వారికి తన జీవము అనుగ్రహించుటకు అధికారము కలిగియున్నాడు. గాబట్టి నాయందు విశ్వాసముంచువాడు నిత్య జీవము గలవాడు గనుక వాడు తీర్పులోకి రాక మరణములోనుండి జీవములోనికి దాటియున్నాడు అని యేసు చెప్పుతున్నాడు.

శరీరము విడిచి వెళ్లిన జీవము నిత్యము దేవుని సన్నిధిలో కొనసాగడమే నిత్య జీవము. అది ఆయనయందు విశ్వాసముంచువారికి రక్షకుడనుగ్రహించు భాగ్యమైయున్నది. ఒకడు శరీరరీతిగా జన్మించునప్పుడు ఎట్లు ప్రకృతి సిద్ధమైన జీవాన్ని పొందుతాడో అట్లే ఒకడు తిరిగి జన్మించినప్పుడు కూడా ఆత్మీయ జీవాన్ని పొందుతాడు. వాడు తీర్పులోకి రాడు. యేసు ప్రభువునందు నమ్మిక ఉంచే విశ్వాసి శిక్షనుండి విడుదల పొందియున్నాడు. అతడు స్వతంత్రుడు. ఎందుకనగా మారుమనస్సు పొందక మునుపు అతడు తన పాపాలచేత అపరాధాలచేత చచ్చినవాడైయుండగా, వాని పాప పరిహార క్రయధనాన్ని కల్వరి సిలువలో క్రీస్తు ప్రభువు ఒక్కసారే చెల్లించి వేసాడు. అది చాలినది. సమస్త మానవ పాప పరిహారానికి దాని విలువ సరిపోయినది. ఆయన రక్షణ కార్యాన్ని సమాప్తి చేసియున్నాడు. సమాప్తి చేయబడిన ఆకార్యానికి మరేదియు కలుపలేము. విశ్వాసి తన పాపాలను బట్టి ఇక ఎన్నటికి శిక్షింపబడడు. అట్టివాడు మరణములోనుండి జీవములోనికి దాటియున్నాడు. అంతేగాక అతడు దేవుని ప్రేమవిషయంలో ప్రభువు సహవాస విషయంలో సజీవుడుగా ఉన్నాడు. ప్రభువైన క్రీస్తునందు విశ్వాసముంచినప్పుడు అట్టిహానియందు దేవుని ఆత్మ నివసించును.

మృతులు దేవుని కుమారుని శబ్దము వినే గడియ వచ్చు చున్నది. ఇప్పుడే వచ్చియున్నది. దానిని వినువారు జీవింతురు". (యోహాను 5:25)

మృతులు ఎవరు? దేవుని కుమారుని యందు విశ్వాసముంచి మరణించినవారు. దేవుని కుమారుడైన యేసు పరలోకమునుండి రాబోయేముందు ఆయన స్వరం ఆయన ఏర్పరచుకున్న జనాంగానికి వినబడుతుంది. వారిలో కొంతమంది ఆయనయందు విశ్వాసముంచి చనిపోయిన వారు. మరికొందరు భూమిమీద సజీవులుగా నివసిస్తున్న సంపూర్ణసిద్ధి పొందిన ఆయన విశ్వాసులు. పైన చెప్పబడినది ఆయన యందు విశ్వాసముంచి చనిపోయినవారి గురించే. ఆస్వరాన్ని వినువారు జీవింతురు అని వారి గురించి చెప్పబడింది.

మరియు ఆయన మనుష్య కుమారుడు గనుక తీర్పు తీర్చుటకు తండ్రి ఆయనకు అధిక్కారము అనుగ్రహించెను" (యోహాను 5:27)

దేవుడు లోకానికి తీర్పు తీర్చు అధికారము తన కుమారుడైన యేసుక్రీస్తుకు అనుగ్రహించాడు. ఎందుకంటే "అయన మనుష్య కుమారుడు గనుక" ఈలోకానికి నశించినదానిని వెదకి రక్షించుటకు మనుష్యకుమారునిగా భూమి మీద అవతరించాడు గనుక. ఆయన దేవుడై యుండి మనుష్యుడుగా వచ్చి మనుష్యుల మధ్య నివసించాడు గనుక . వారి వ్యాధి బాధల లో పాలిభాగస్తుడైనాడు గనుక. మనుష్యుని గురించి ఆయనకు తెలిసినంతగా మరెవ్వరికి తెలియదు ఆయన మానవునిగా ఈ లోకానికి వచ్చినప్పుడు తృణీకరించబడి సిలువ వేయబడ్డాడు. గాబట్టి యేసు క్రీస్తు తన రెండవరాకడలో తీర్పు తీర్చుటకు అధికారము గల న్యాయాధిపతిగా ఉండుటకు ఆయన పరిపూర్ణయోగ్యుడు. అందుకే తీర్పు తీర్చుటకు తండ్రి ఆయనకు అధికారము అనుగ్రహించాడు.

యేసు మరణ పునరుత్థానములు

యేసు తన మరణ పునరుత్థానములగూర్చి ముందుగానే ప్రకటించుట:

1. శాస్త్రులలో ను పరిసయ్యులలోను కొందరు బోధకుడా, నీవలన ఒక సూచక క్రియ చూడగోరుచున్నామని యేసుతో అంటారు. కారణం వారు ఆయనను యేసును మెస్సీయగా అంగీకరించాలా, వద్ధా అనే సందిగ్ధ పరిస్థితిలో పడియున్నారు. యేసు వారినుద్దేసించి ఈలాగున అంటున్నాడు "వ్యభిచారులైన చెడ్డతరమువారు సూచక క్రియను అడుగుచున్నారు. ప్రవక్తయైన యోనా ను గూర్చిన సూచక క్రియ తప్ప మరి ఏ సూచక క్రియయైనను వారికి అనుగ్రహింపబడదు. (మత్తయి 12:38-40) .

    వారియొక్క ఆత్మీయమైన అపనమ్మకమును బట్టి యేసు వారిని వ్యభిచారులైన చెడ్డతరమువారు అని చాలా పెద్దమాటతో సంబోదిస్తాడు. యోనా మూడు రాత్రింబగళ్లు తిమింగలము కడుపులో ఏలాగుండెనో **అలాగునే మనుష్య కుమారుడు మూడు రాత్రింబగళ్లు భూగర్భములో** ఉండును. ... ఇదిగో యోనా కంటే గొప్పవాడు ఇక్కడ ఉన్నాడు అని సమాధానమిస్తాడు.

2. అప్పటినుండి తాను యెరుషలేమునకు వెళ్లి పెద్దలచేతను ప్రధాన యాజకుల చేతను శాస్త్రులచేతను అనేక హింసలు పొంది ,

చంపబడి **మూడవదినమున లేచుట** అగత్యమని యేసు తన శిష్యులకు తెలియజేయ మొదలు పెట్టగా ....(మత్తయి 16:21).

రాబోయే దేవుని రాజ్యమును నిర్మించేవారు వీరే గాబట్టి తన శిష్యులను మానసికంగా సిద్ధపరుస్తూ మొదటసారిగా తన మరణ పునరుత్థానముల గూర్చి శిష్యులకు చెప్పుతున్న మాటలివి. **ఆయన చెప్పిన మాటలో మూడవ దినమున లేచుట అగత్యము అనే మాట ఆయన పునరుత్థానానికి సంబంధించినదే.** ఈవాక్యములో ఆయన ఏరకంగా మరణించ బోతున్నది తిరిగి పునరుత్థానముగా ఆయన లేవబోయేదీ ఆయనకు తెలుసు.

3. యేసు పేతురును, యాకోబును, యోహానును వెంటబెట్టుకొని ఎత్తయిన ఒక కొండ మీదకు ఏకాంతముగా పోయి వారి ఎదుట రూపాంతరము పొందుతాడు. ఆయన ముఖము సూర్యుని వలె ప్రకాసించెను. ఆయన వస్త్రములు వెలుగువలె తెల్లనివాయెను. ఆసమయములో మోషేయు ఏలియాయు యేసుతో మాట్లాడు చున్నారు. అప్పుడు పేతురు ప్రభువా, మనమిక్కడ ఉండుట మంచిది. నీకిష్టమైతే ఇక్కడ నీకు ఒకటి, మోషేకు ఒకటి ఏల్లియాకు ఒకటి మూడు పర్ణశాలలు కట్టుదునని యేసుతో అంటాడు. పేతురు ఇంకనూ మాట్లాడు చుండగా, ప్రకాశమానమైన ఒక మేఘము వారిని కమ్ముగొనగా , ఇదిగో, ఈయన నా ప్రియ కుమారుడు ఈయన యందు నేనానందించుచున్నాను. ఈయన మాట వినుడి అను ఒక శబ్దము ఆమేఘములోనుండి పుట్టెను. శిష్యులు ఆమాట విని భయపడగా, యేసు వారియొద్దకు వచ్చి వారిని ముట్టి లెండి, భయపడకుడి అని చెప్పుతాడు. వారు కన్నులెత్తి చూడగా , యేసు తప్ప మరి ఎవరును వారికి కనబడలేదు.(మత్తయి 17:1-9)

వారు కొండ దిగి వచ్చుచుండగా **మనుష్య కుమారుడు మృతులలో నుండి లేచువరకు ఈదర్శనము మీరు ఎవరితోను చెప్పవద్దని** యేసు వారికి ఆజ్ఞాపిస్తాడు. మనుష్యకుమారుడు మృతులలో నుండి లేచువరకు ఎవరితో చెప్పవద్దు" అనేమాట చాలా ప్రాముఖ్యము. కారణం యూదులు యేసును అంగీకరించటలేదు. అంగీకరించరు కూడా. యూదులు కోరుకునేది రోమన్ అధికారము నుండి వారిని విడుదల చేసే మెస్సీయను. వారు ఉహించే మెస్సీయను యేసులో చూడలేకపోతున్నారు గావున ఇటువంటి అపురూపమైన సన్నివేశాన్ని యూదులకు వివరించినా వారు నమ్మరు గాబట్టి శిష్యులతో ఈవిషయాన్ని ఎవరికి చెప్పవద్దంటాడు.

4. యేసు శిష్యులతో గలిలయ ప్రాంతములో సంచరించు చుండగా యేసు "మనుష్యకుమారుడు మనుష్యులచేతికి అప్పగింపబడబోవుచున్నాడు. **వారాయనను చంపుదురు. మూడవ దినమున ఆయన లేచునని** వారితో చెప్పగా వారు బహుగా దు:ఖపడిరి.(మత్తయి 17:22,23)

మరియొక సారి తన శిష్యులతో తన మరణాన్ని గూర్చి అలాగే తన పునరుత్థానం గూర్చి చెపుతాడు. ఈవిషయం ముందుగా తన శిష్యులకు చెప్పకపోతే అది నిజంగా జరిగినప్పుడు వారిలో ఇలా జరిగిందేమిటి అని సందేహిస్తారు. ఈమాటలు వారిని దు:ఖపరిచాయి.

5. యేసు యెరుషలేముకు వెళ్లనైయున్నప్పుడు ఆయన పండ్రెండుమంది శిష్యులను ఏకాంతముగా తీసుకొని పోయి మార్గమందు వారితో ఇట్లంటాడు. "ఆయనను

అపహసించుటకును, కొరడాలతో కొట్టుటకును, సిలువ వేయుటకును అన్యజనులకు ఆయనను అప్పగింతురు. **మూడవ దినమున ఆయన మరలా లేచును**'. (మత్తయి 20:17-19)

6. యేసు వారిని చూసి ఈరాత్రి మీరందరు నా విషయమై అభ్యంతరపడెదరు, ఏలయనగా గొర్రెల కాపరిని కొట్టుదును, మందలోని గొర్రెలు చెదరిపోవును అని వ్రాయబడియున్నది గదా, **నేను లేచిన తరువాత మీకంటే ముందుగా గలిలయకు వెళ్ళెదననెను**. (మత్తయి 26:31,32). ఇది యేసు ఆఖరిసారిగా తన మరణ పునరుత్థానము గూర్చి శిష్యులతో చెబుతున్నమాట.

యేసు పస్కా పండుగ శిష్యులతో ఆచరించి ఒక కీర్తన పాడి యెరుషలేమును విడిచి కిద్రోను వాగు దాటి గెత్సమనే తోటకు వెలతాడు. లేఖానుసారమైన జరగబోయే పరిణామాన్ని "ఈరాత్రి మీరందరు నావిషయమై అభ్యంతరపడెదరు. ఏలయనగా గొర్రెల కాపరిని కొట్టుదును, మందలోని గొర్రెలు చెదరిపోవును" అని క్రీస్తుపూర్వము 500 సంవత్సరాలు క్రితమే జెకర్యా చెప్పిన ప్రవచన వాక్యము "ఖడ్గమా, నాగొర్రెల కాపరిమీదను నా సహకారిమీదను పడుము, గొర్రెలు చెదరిపోవునట్లు కాపరిని హతము చేయుము (జెకర్యా 13:7) నెరవేరబోతుందని యేసు తన శిష్యులతో చెప్పుతాడు. ఇంత స్పష్టముగా జరగబోయే పరిణామము గూర్చి చెప్పడం ఏమానవ మాత్రునికి తెలుసు.

7. మరునాడు అనగా సిద్ధపరచు దినమునకు మరుసటి దినమున ప్రధాన యాజకులును పరిసయ్యులును పిలాతునొద్దకు వచ్చి, అయ్యా, ఆవంచకుడు సజీవుడైయుండినప్పుడు **మూడు దినములైన తరువాత నేను లేచెదనని చెప్పినది మాకు**

జ్ఞాపకమున్నది. కాబట్టి మూడవ దినమువరకు సమాధిని భద్రము చేయు నాజ్ఞాపించుము. వారి శిష్యులు వచ్చి వానినిఎత్తుకొని పోయి **ఆయన మృతులలో నుండి లేచెనని ప్రజలతో చెప్పుదురేమో**, అప్పుడు మొదటి వంచనకన్నా కడపటి వంచన మరీ చెడ్డదైయుండునని చెప్పిరి. (మత్తయి 27:62,64)

అది యేసును సిలువ వేసిన రోజు. ప్రధాన యాజకులు పరిసయ్యులు మరియు ఇతర యూదామతపెద్దలు ఇంకా అసహనంగా ఉన్నారు. తాను మృతులలో నుండి లేస్తానని యేసు చెప్పినమాట ఇంకా వారి చెవిలో గింగురుమంటునే యుంది. వారు పిలాతు దగ్గరికి వెళ్ళారు. సమాధి దగ్గర గట్టి కావలి పెట్టమని అడిగారు. ఆయన శిష్యులు ఆయన శరీరాన్ని దొంగిలించి ఆయన తిరిగిలేచాడు అని ప్రచారం చేస్తే గనుక మొదటి వంచన కంటే కడపటి వంవన మరీ చెడ్డదై ఉంటుందని ఆందోళన పడ్డారు. అంటే తాను మెస్సీయనని దేవుని కుమారునని తిరిగి పునరుత్థానమయ్యాననే ప్రచారము మరింత ప్రమాదకరమని వారు భావించారు.

లేఖనాలు వెలుగులో యేసుక్రీస్తు మరణము :

సిలువ అంటే ఏమిటో తెలియని కాలములో, సిలువకు సంబంధించిన అనేక విషయాలను అనగా యూదా మతపెద్దలు తీర్పు అబద్ధపు తీర్పు గూర్చియు, రోమా సైనికులు యేసుక్రీస్తును హించించే విధానమును గూర్చియు, సిలువ వేసే విధానమును గూర్చియు దైవాత్మ పూర్ణులైన ప్రవక్తలు యేసు పుట్టకముందు 1000 నుండి చక్కగా ప్రవసించారు.

ఆప్రవచనాలు నెరవేర్పులు యేసు విషయములో ఎలా నెరవేరాయో ఒక సారి ధ్యానిద్దాము:

సంవత్సరానికి ఒకసారి వచ్చే యూదులు ప్రధాన పండుగైన పస్కా పండుగ వచ్చింది. దేవుడు ఇగుప్తీయుల చెరలోనుండి ఇశ్రాయేలీయులను విడుదల చేసే సందర్భములో రాబోయే తరాలకు ఈపండుగ విశిష్టతను తెలియజేసే విధముగా ఈపండుగను ఆచరించమని చెప్తాడు. ఈపండగలోనే యేసు ప్రభువు పస్కా గొర్రెపిల్లగా వధించబడబోతున్నాడు.

దీనికి సంబంధించి యేసు ప్రభువు ముందుగానే యెరుషలేమునకు వెళ్ళబోతున్నము అక్కడ ప్రధాన యాజకులు తనను హించించి చంపుతారని అయితే తాను మరణించి మూడవదినాన లేస్తానని ముందుగానే ప్రవసించిన ఆరోజు రానే వచ్చింది.

ఇస్కరియోతు యూదా యేసు ప్రభువును యూదా మతపెద్దలకు అప్పజెప్పడానికి ఒప్పందము చేసుకున్నాడు. ప్రజలలో అల్లరి కలుగకుండునట్లు యెరుషలేములోని ప్రధానయాజకులు యేసును మాయోపాయముచే పట్టుకొని చంపుటకు పన్నాగము పన్నుతారు. యేసు మరియు ఆయన శిష్యులు పస్కా పండగ ఆచరించి యెరుషలేము పట్టణానికి తూర్పున ఉన్నఒలీవల కొండమీద నున్న గెత్సమనే తోటలోకి వెలతారు.

రాబోయే కష్టాన్ని గూర్చి యేసు మనో వేదన:

యేసు తన శిష్యులతో తాను యెరుషలేములో ప్రధాన యాజకులకు అప్పజెప్పబడతానని, వారు తనను హించించి చంపుతారని అయితే

తాను మూడవ దినమున లేచి పునరుత్థానుడవుతానని ఆయన శిష్యులతో పదేపదే చెప్పినా ఆరోజు రానే వచ్చింది. ఇప్పుడు ఆయన తాను చెప్పిన మరణ స్థితిలోసుండి పయనించి దేవుడు తలపెట్టిన యజ్ఞం పూర్తిచేయబోతున్నాడు. అనగా తన శరీరాన్ని చిత్రవధకు అప్పగించుకోబోతున్నాడు. తాను శరీర ధారి రూపంలో ఉన్నాడు గనుక శరీరానికి కలిగే చిత్రవధకు ఆత్మ ఎంత క్రుంగి పోతాదో కలిగే ఆలోచనలకు ఆయన మనోవ్యధ పడిపోతున్నాడు.

గెత్సెమనే తోటలో శిష్యులతో '**మరణమగునంతగా నాప్రాణము బహు దుఃఖములో మునిగియున్నది.** మీరు ఇక్కడ నిలిచి నాతో కూడా మెలకువగా ఉండండని' చెప్పి కొంతదూరము వెళ్ళి సాగిలపడి, నాతండ్రీ సాధ్యమైతే ఈగిన్నె నాయొద్దనుండి తొలగిపోనిమ్ము అయినను నాయిష్టప్రకారము గాదు నీచిత్త ప్రకారమే కానిమ్ము' అని ప్రార్థిస్తాడు. శిష్యుల దగ్గరకు వస్తాడు. వారితో మాట్లాడుతాడు. మరలా వెళ్ళి రెండవమారు తండ్రిని ఇలా ప్రార్థిస్తాడు. తండ్రీ, నేను దీనిని త్రాగితేనే గాని యిది నాయొద్దనుండి తొలగిపోవుట సాధ్యము గాని ఎడల, నీచిత్తమే చిద్ధించును గాక' అని ప్రార్థించితాడు. ఆయన పడిన వేదనకు ఆయన చెమట నేలను పడుచున్న గొప్ప రక్తబిందువులవలె ఉన్నాయని ఆంతగా మనోవేదన అనుభవించాడని, ఆయనను బలపరచుదానికి దేవుడు తనదేవదూతను పంపాడని లూకా భక్తుడు తన సువార్తలో వ్రాసాడు.

యేసు బంధింపబడుట:

గెత్సెమనే తోటలో యేసు ప్రార్థన ముగిసే సమయానికి ఇస్కరియోతు యూదా ప్రధాన యాజకులు మత పెద్దలుతో చేసుకున్న ఒప్పందము

ప్రకారము వారిసేవకులు, దేవాలయ రక్షక భటులు మరియు రోమా సైనికులు కలిసిన బహు జనసమూహముతో అక్కడికి యేసును అప్పగించడానికి వస్తాడు. వచ్చి బోధకుడా, బోధకుడా అని వచ్చిన వారు గుర్తు పట్టడానికి సూచనగా యేసును ముద్దు పెట్టుకొని యేసును వారికి అప్పజెప్పుతాడు. యేసును బంధించినప్పుడు అక్కడ జరిగిన సంఘటనను కూడా మనము ఒకసారి ధ్యానించాలి.

యేసు శిష్యులలో ప్రధానమైన వారైన మత్తయి మరియు యోహాను వారి అనుభవంలో జరిగిన అక్కడ జరిగిన సంఘటనను చక్కగా తమ సువార్తలో వ్రాసారు.

తనకు సంభవింపబోవునవన్నియు ఎరిగినవాడై యేసు వారియొద్దకు వెళ్ళి **'మీరెవరిని వెదకుచున్నారు**? అని తనను బంధించడానికి వచ్చిన వారితో అంటాడు. అందుకు 'వారు నజరేయుడైన యేసును' అంటారు. పోలీసు పరిభాషలో గాని సైనికుల పరిభాషలో గాని ఒక దోషిని పట్టుకోడానికి వెళ్ళినప్పుడు ఆదోషి వీరిని చూచి పారిపోవడానికి ప్రయత్నిస్తాడని అందుకు తగ్గట్టు తమ ప్రతివ్యూహం ఎలావుండాలి అని ఆలోసించుకుంటూ వెలతారు. గాని ఇక్కడ జరిగింది పూర్తిగా వ్యతిరేకం. యేసు **'నేనే'** అయననను'అని యేసు చెప్పగానే వారు వెకుకకు తగ్గి నేలమీద పడతారు' అని యోహాను భక్తుడు వ్రాస్తున్నాడు. నేనే' అను ఆయన దైవశక్తి కి బహుసా భయపడి పడి యుంటారు. "ఈ ఉహించని సంఘటన వారికి సహజంగా అనిపించలేదు. మత్తయి శిష్యుడూ వ్రాసినట్లు "బందిపోటు దొంగమీదకు వచ్చినట్లు కత్తులు కటారులతో నన్ను పట్టుకొనవచ్చారా? నేను అనుదినము దేవాలయములో కూర్చుండి భోధించుచున్నప్పుడు మీరు

పట్టుకొనలేదు, ఇది మీగడియ- అంధకార సంబంధమైన అధికారము" అని చెప్పి వారిని పట్టుకోండి "నేనే ఆయనను అని అంటాడు.

యేసు మరలా వారితో 'మీరు ఎవనిని వెదకుచున్నారని అడుగగా వారు ' నజరేయుడైన యేసును' చెప్పగా 'నేనే ఆయనను'' అని మీతో చెప్పితిని గనుక మీరు నన్ను వెదకుచున్న ఎడల వీరిని (శిష్యులను) పోనియ్యుడని చెప్పుతాడు. తనను పట్టుకోవడానికి వచ్చిన వారికి తన శిష్యులకు మధ్యగా యేసు ప్రభువు నిలబడ్డాడు. మీరు నన్నేగాని వెదకుతుంటే వీరిని పోనివ్వండి అని చెప్పి తనను పట్టుకోవాలన్న ఆత్రత వారిలో పెంచి వారాయన శిష్యుల సంగతి మరచిపోయేటట్లు చేసాడు. వాస్తవానికి దోషిని ఆదోషికి సహకరించిన వారినికూడా పట్టుకోవడం జరుగుతాది.

ఈవాక్యంలో రెండు భావాలు కనిపిస్తాయి. ఒకటి వారు ఆయనను పట్టుకున్నారు అన్నట్లు గాకండా తనను తానే వారికి అప్పగించుకున్నాడనే భావం ఉంది. ఇంకొకటి ఇక్కడ శిష్యులు రక్షింపబడాలి. శిష్యులు రక్షింప బడడం దేవుని ప్రణాళికలో భాగం. రాబోయే రోజులలో దేవుని రాజ్యమును విస్తరించి లోకమును తల్లక్రిందులుగా చేయవలసిన వారు వీరే. ఇక్కడ కూడా లేఖనము నెరవేరుతాది. అదేమిటంటే 'నీవు నాకు అనుగ్రహించిన వారిలో ఒకనినైనను నేను పోగొట్టుకొనలేదని ఆయన చెప్పినమాట నెరవేరునట్లు ఈలాగు జరుగును అని చెప్పుతాడు.

యేసును బంధించబోయే సమయంలో యేసు శిష్యుడైన పేతురు కత్తి దూసి ప్రధానయాజకుని దాసుని కొట్టి వాని చెవి నరుకుతాడు. అందుకు

యేసు పేతురుతో పేతురూ, నీకత్తి వరలో తిరిగి పెట్టుము, కత్తి పట్టుకొనువారందరూ కత్తిచేతనే నశింతురు అని చెప్పి ఇంకా ఏమంటున్నాడు అంటే

ఈసమయమున నేను నాతండ్రిని వేడుకొనలేననియు, వేడుకొనిన ఎడల ఆయన పండ్రెండు సేనా వ్యూహములకంటే ఎక్కువమంది దూతలను ఇప్పుడే నాకు పంపడనియు నీవనుకొనుచున్నావా? నేను వేడుకొనిన ఎడల **ఈలాగు జరుగవలెనను లేఖనము ఏలాగు నెరవేరును'** అని పేతురుతో అంటాడు. అవును సహోదరి సహోదరులారా, ఆయన లేఖన పురుషుడు. ఆయన జీవితంలో ఏమి జరిగినా, అది ప్రవక్తలు ప్రవసించినట్లు జరగాలి. నాతండ్రి నాకిచ్చిన గిన్నెను నేను త్రాగవద్దా? అంటాడు.

శిష్యులు పారిపోవడం: యేసును రోమా సైనికులు బందించగానే శిష్యులు ఎక్కడివారు అక్కడే చెదరిపోతారు. శిష్యులు ఈరకంగా పారిపోవడం అనేది యేసు కోరుకున్నట్లే జరిగింది. "వారంతా ఆయనను ఒంటరిగా విడిచిపెట్టి పారిపోయారు.

రోమా సైనికులు యేసును బందించి నిర్మానుష్యముగా నిశ్చబ్దముగా నున్న యెరుషలేము పురవీదులగుండా అర్ధరాత్రి ఇంచుమించు 12 గంటల సమయంలో తీసుకువచ్చి ప్రధానయాజకులకు మతపెద్దలకు అప్పజెప్పుతారు.

ఈసందర్భములో యేసు పండ్రెండుమంది శిష్యులలో ఒక్కడైన ఇస్కరయేతు యూదా విషయములో నెరవేర్చబడిన రెండు ప్రవచనాలు **"నేను నమ్ముకొనిన నావిహితుడు నాఇంట భోజనము చేసిన వాడు నన్ను తన్నుటకై తన మడమనెత్తెను"** అని

కీర్తనకారుడు (కీర్తన 41:9) వ్రాసిన ప్రవచనము మరియు "మీకు అనుకూలమైన ఎడల నాకూలి నాకియ్యుడి.లేనిఎడల మాని వేయుడని నేను వారితో అనగా వారు నా కూలికై ముప్పదితులముల వెండి తూచిఇచ్చిరి' అనియు మరియు 'ఎంతో అబ్బురముగా వారు నాకేర్పరిచిన క్రయధనమును కుమ్మరికి పారవేయుమని యెహోవా నాకు ఆజ్ఞ ఇయ్యగా నేను ఆ ముప్పది తులముల వెండిని తీసుకొని యెహోవా మందిరములో కుమ్మరికి పారవేసితిని'." (జెకర్యా 11:13) అని జెకర్య ప్రవక్త ప్రవసించిన లేఖనములు యేసు విషయములో నెరవేరబోతున్నాయి.

యూదా ప్రధాన యాజకుని యొద్దకు వెళ్లి నేనాయనను అప్పగించిన ఎడల నాకేమి ఇస్తారని వారి నడుగుతాడు. అందుకు వారు ముప్పది వెండి నాణెములు తూచి అతనికి ఇస్తారు. వాడప్పటినుండి ఆయనను అప్పగించుటకు తగిన సమయము కొరకు కనిపెట్టుతూ ఉంటాడు. పస్కా పండుగ వస్తాది. ఆపస్కా బోజన సమయంలో యేసు తన శిష్యులతో భోజనము చేయునప్పుడు "మీలో ఒకడు నన్ను యూదా మతపెద్దలకు అప్పగిస్తాడు అయితే మనుష్య కుమారుని గూర్చి వ్రాయబడిన ప్రకారము ఆయన పోవుచున్నాడు గాని ఎవనిచేత మనుష్యకుమారుడు అప్పగింపబడుతున్నాడో ఆమనుష్యునికి శ్రమ. ఆమనుష్యుడు పుట్టియుండని ఎడల వానికి మేలని యేసు చెప్తాడు. (మత్తయి 26:14)

యేసుకు సిలువపై మరణశిక్ష అమలుజేయుటకు కొనిబోబడుతున్న సమయంలో అప్పుడాయనను అప్పగించిన యూదా ఇస్కరియోతు తాను చేసిన తప్పును గ్రహించి పశ్చతాపబడి ఆముప్పది వెండి నాణములు ప్రధానయాజకునియొద్దకును

పెద్దలయొద్దకును మరలాతెచ్చి నేను నిరపరాధ రక్తమును అప్పగించి పాపము చేసితిని అని చెప్పి వారికియ్యబోతాడు. వారు దానితో మాకేమి? నీవే చూచుకొనుమని చెప్పగా అతడు ఆవెండి నాణెములను దేవాలయములోనే పారవేసి అక్కడనుండి పోయి ఉరి పెట్టుకొని చస్తాడు. ప్రజానయాజకులు ఆవెండి నాణెములు తీసికొని ఇవి రక్తక్రయ ధనము గనుక వీటిని కానుక పెట్టెలో వేయతగదని చెప్పుకొని ఆలోచన చేసి వాటినిచ్చి పరదేశులను పాతిపెట్టుటకు కుమ్మరివాని పొలము కొంటారు. అందువలన నేటివరకు ఆపొలము రక్తపు పొలమని పిలువబడుతుంది. అప్పుడు విలువ కట్టబడిన వాని .... క్రయధనమైన ముప్పది వెండి నాణెములు తీసికొని ప్రభువు నాకు నియమించిన ప్రకారము వాటిని కుమ్మరి వాని పొలమున కిచ్చిరి అని ప్రవక్తయైన యిర్మియా ద్వారా చెప్పబడిన మాట నెరవేరింది.

ప్రధాన యాజకుల తీర్పు

అప్పటికే యూదా పెద్దలసభ అయిన సన్ హేద్రిన్ సభ్యులను మరియు సమాజ మందిర (సునగోగు) సభ్యులను ఆఘమేఘాలమీద రప్పించిన ప్రధాన యాజకుడు అర్ధరాత్రి సమయంలో న్యాయసభని జరిపించాడు. యూదామత పండుగ సమయాలలో గాని రాత్రి సమయలలో సన్ హేద్రిన్ సభలు జరుపకూడదన్న నియమ నిబందనలను విస్మరించారు. లంచం ఇచ్చి అబద్ధ సాక్ష్యం చెప్పించగూడదు అనే ధర్మశాస్త్ర నియమము తప్పారు. యేసుకు విరోధముగా అబద్ధ సాక్ష్యాలు కోసం వెదికారు. వారికి ఆయనపై ఆరోపించుటకు సరైన ఆధారములేమీ దొరకలేదు. అనేక అబద్ధసాక్ష్యాలు అక్కడకూడియున్నవారితో పలికిస్తాడు.

"నేను బాహటముగా లోకము ఎదుటే మాట్లాడితిని; యూదులందరూ కూడివచ్చు సమాజ మందిరములలోనే ఎల్లప్పుడును భోధించితిని . రహస్యంగా ఏమి మాట్లాలేదు నేను వారికేమి భోదించినది విన్నవారినే అడుగుము" అని ఆయన సమాధానము కొరకు ఎదురు చూచు వారితో అంటాడే గాని యేసు అంతకుముంచి ఇంకేమి మాట్లాడడు. యేసుకు వ్యతిరేకంగా చెప్పే అబద్ధ సాక్ష్యులనేకులు వచ్చి చెప్పిన సాక్ష్యములు నిలబడలేదు. చివరకు ఇద్దరు మనుష్యులు వచ్చి వీడు దేవాలయమును పడగొట్టి మూడు దినములలో దానిని కట్టగలనని ప్రజలను తప్పుదారి పట్టిస్తున్నాడని చెపుతారు. ఈవిషయాలు మత్తయి 26:59-60 మరియు 27 వ అధ్యాయములో చూస్తాము.

ఈరకంగా ఆ యనను **నిందించు చున్నప్పుడు మౌనము వహిస్తాడని , ఆయనకు** వ్యతిరేకంగా అబద్ధ సాక్ష్యాలు చెప్పవలసిన పరిస్తితి వస్తాదని కీర్తన కారుడు "**కూట సాక్షులు లేచు చున్నారు. నేనెరుగని సంగతులను గూర్చి నన్ను అడుగుచున్నారు. (కీర్తన 35:11)** అని ముందుగానే చెపుతాడు. అలాగే యెషయ ప్రవక్త కూడా తన గ్రంథమైన యెషయ 53:7 లో ఇలా వ్రాస్తున్నాడు. "**అతడు దౌర్జన్యము నొందెను. భాదింప బడినను అతడు నోరు తెరవలేదు. వధకు తేబడు గొఱ్ఱెపిల్ల యు బొచ్చు కత్తిరించువాని ఎదుట గొఱ్ఱెయు మౌనముగా నుండునట్లు అతడు నోరు తెరువలేదు"** అనే ప్రవచనము ఈసందర్భములో నెరవేరింది.

చివరకు యూదా మతపెద్దలు దైవ దూషణ నెపముతో రోమన గవర్నరు అయిన పొంతి పిలాతు ముందు వేకువ జామునే యేసును ప్రవేశపెడతారు.. ఎందుకంటె తెల్లవారిన తరువాత తాము అమితంగా ప్రేమించిన తమ భోధకుడు తాము నిరసించే ఈ యాజకుల చేతిలో

బందియైనాడు అని తెలిస్తే జనసమూహం వీరిని ఏమి చేస్తారో అని భయం. అందువలన తెల్లవారేటప్పటికి విచారణ అంతా పూర్తి చేసి రోమా ప్రభుత్వానికి అప్పగించగలిగితే జన సమూహానికి భయపడవలసిన అవసరములేదు. పైగా వారికి తెలిసేటప్పటికి జరుగవలసిందంత జరిగిపోతాది.

రోమా గవర్నరు తీర్పు

రోమా గవర్నరు యేసును తన దగ్గరికి తీసుకువచ్చిన యూదా మత పెద్దలనుద్దేసించి "ఈనేరస్థునిపై తెచ్చిన అభియోగం ఏమిటి అని ప్రశ్నిస్తాడు. అందుకు వారు తాము ఎవరితో మాట్లాడుతున్నామో అని స్పృహలేకుండా "వీడు దుర్మార్ఘుడు కానిఎడల నీకు అప్పగించియుండమము" అని అంటారు. "అయితే మీరతనిని తీసుకొని పోయి మీధర్మశాస్త్రము చొప్పున అతనికి తీర్పు తీర్పుకోండి" అంటాడు.

అందుకు వారు "మరణశిక్ష విదించే అధికారము మాకు లేదు" అని చెప్పి ఏ నేరారోపణతో ఆయన ముందుకు తీసుకు వచ్చారో ఆ నేరారోపణలు పిలాతుకు వివరిస్తారు. అందులో ఒకటి యేసు తన యూదాజాతినే తప్పుమార్గం పట్టిస్తున్నాడనేది ఒకటి కాగా, ప్రభుత్వానికి పన్ను చెల్లించడాన్ని తిరస్కరిస్తున్నాడన్నది రెండవది మరియు 'నేనే యూదా రాజును' అని చెప్పుకుంటున్నాడన్నది మూడవ ఆరోపణ. ఈమూడు కారణములు గాక దైవదూషణ చేస్తున్నాడన్న నేరం మీద యేసుకు మరణశిక్ష విధించాలని రోమన్ గవర్నరు పై వత్తిడి చేసారు.

మిగతా ఆరోపణలన్నీ తేలిగ్గా తీసుకున్న పిలాతు 'నేనే రాజును' అన్న మాటను అంత తేలికగా తీసుకోలేదు. ఎందుకంటే నేనే రాజును అనే మాట రోమా ప్రభుత్వాన్ని సవాలు చేస్తున్నట్లు కనిపించింది.

ఆవిషయాన్ని దృవీకరించేందుకు పిలాతు యేసును లోనికి తీసుకెళ్ళి "నీవు యూదుల రాజువా" అని అడుగుతాడు. అందుకు యేసు "నీఅంతట నీవే ఈమాట అంటున్నావా? లేక ఇతరులు నన్ను గూర్చి యిది నీతో చెప్పారా ? అని అంటాడు. అందుకు పిలాతు "నేను యూదున్నా ఏమిటి? నీస్వజనమే ప్రధాన యాజకులే నిన్ను నాకు అప్పగించారుగదా అంటాడు.

అందుకు యేసు నారాజ్యం ఈలోక సంబంధమైనది గాదు అంటాడు. అందుకు పిలాతు "అయితే నీవు రాజువా? అని వెంటనే అంటాడు. "అవును సత్యమును గూర్చి సాక్ష్యమిచ్చుటకు నేను పుట్టాను. అందుకోసమే ఈలోకానికి వచ్చాను. సత్య సంబందియైన ప్రతీవాడు నామాట వింటాడు అని అంటాడు . అందుకు పిలాతు సత్యమంటే ఏమిటి ? అని అడిగి యేసు జవాబు వినకుండానే ఆయనను గూర్చి రోమాప్రభుత్వము భయపడనవసరం లేదని తీర్మానించుకొని వెళ్ళిపోయి "ఆయనలో నాకు ఎలాంటి దోషం కనబడలేదని" యూదులతో అంటాడు.

ఈసందర్భములోనే యూదులు "యేసు గలిలయదేశం మొదలుకొని యెరుషలేము వరకు యూదయ అంతటను ప్రజలను రెచ్చగొడుతున్నాడు" అని అరవడం, కేకలు వేయడంతో ఇతడు గలిలయ వాసుడా అని యేసును గలిలయను పాలిస్తున్న హేరోదు రాజు కు యేసును అప్పగించాలని చూస్తాడు. ఆసమయంలోనే పస్కా పండగ సందర్భముగా యెరుషలేముకు వచ్చి విడిది దిగిన హేరోదురాజభవనానికి యేసును పంపిస్తాడు. యేసును విచారణ చేయుటకు హేరోదు ఇష్టపడలేదు. హేరోదు యేసుకు ఒకవిలువైన

అంగీని తెప్పించి యేసు భుజాలమీద ఉంచి తిరిగి పిలాతు వద్దకే పంపించాడు.

మరణశిక్ష విధించబడుట:

తిరిగి వచ్చిన యేసును ఉద్దేశించి యూదులతో "నేను నేరస్థుని జాగ్రత్తగా పరిక్షించాను. అతనిలో ఏవిధమైన నేరం నాకు కనబడలెదు కాబట్టి నేను యేసునుశిక్షించి నిర్దోషి అని విడుదలచేస్తాను అని అంటాడు. కారణం ఆ నీతిమంతుని జోలికి పోవొద్దు అని పిలాతు భార్య చెప్పిన మాట ప్రభావంకూడా పిలాతుపై పనిచేసింది.

పస్కా పండుగ ఉదయమే ప్రజల కోరిక మేరకు ఒక ఖైదిని విడిచిపెట్టడం రోమా గవర్నరుకు సంప్రదాయము. రోమా ప్రభుత్వంపై తిరుగుబాటుచేసి చెరసాలలో ఉన్న ఖైది ,బరబ్బా పేరెన్నిక గన్న నేరస్థుడు. రోమాచక్రవర్తిని ఎదిరించిన తిరుగుబాటుదారుడు. అతని స్థానంలో యేసును విడిచిపెట్టాలని భా వించాడు. గాని యూదులు బరబ్బానే విడుదలచేసి యేసును సిలువ వేయాలని అల్లరి చేసారు. దానితో పిలాతు ఒక పళ్ళెం నిండా నీళ్లు తెప్పించి వారందరి ముందు తన చేతులు కడుక్కొని " ఈనీతిమంతుని రక్తాన్ని గూర్చి నేను నిరపరాధిని' అని అంటాడు. పిలాతు అన్నమాటకు యూదులు "ఆరక్తం మామీద మాపిల్లలు మీద ఉండును గాక' , యేసును సిలువ వేయవల్సిందేనని అని కేకలు వేసారు. ఆజన సమూహం వేసే కేకలతో యేసును కొరడాలతో కొట్టించి విడుదల చేయాలనుకున్న పిలాతు వారి కేకలకు భయపడి సిలువ వేయమని తన సైనికులకు ఆజ్ఞ యిచ్చాడు.

ఈసిలువ వేసే క్రమములో రోమా సైనికులు యేసును ఒక స్థంబానికి విరిచి కట్టి కొరడాలతో కొట్టారు. యూదుల రాజు అనే అభియాగంతో

అప్పగించబడ్డాడు గనుక ధూమ్రవర్ణ వస్త్రాని ధరింపజేసారు. ముళ్ళువున్న తీగలను చేసి కిరిటం లాగ చేసి తలపై గుచ్చారు.ఎగతాళి చేసారు. ఉమ్మివేసి గుద్దారు. చివరకు పిలాతు ప్రాంగనమునుండి ఒక ఊరేగింపుగా యెరుషలేము వీదులునుండి శిక్ష అమలు జరిపే ప్రదేశం 'కల్వరి గొల్గొతా' కు సిలువను మోయించుకుంటూ తీసుకువెళ్లి సిలువవేసి చంపారు. ఇదీ క్లుప్తంగా యేసు మరణ చరిత్ర.

ఈసిలువ వేసే సమయంలో నెరవేరిన కొన్నిప్రవచనాలను మరియు కొన్ని సంఘటనలను మనము జ్ఞాపకము చేసుకోవాలి. కారణం ప్రవచనాలలో చెప్పినట్లే ఇక్కడ జరుగుతుంది గాబట్టి.

1. యేసు వస్త్రములు పంచుకొనుట :

యేసును సిలువ వేసిన తరువాత ఆసిలువ శిక్షను అనుభవించే నేరస్థుని వస్తువులను పంచుకోవడం ఆచారం. యేసుని సిలువ వేయడానికి చాలామంది సైనికులు వచ్చినప్పటికిని వారిలో సిలువను పాతినవారు, సుత్తితో మేకులు కొట్టినవారు, ఆ పరికరాలను అందించేవారు కలసి వాటిని పంచుకోవడం మొదలుపెట్టారు. యేసు పైన వేసుకొనే అంగీ, తలకు కట్టుకొనే గుడ్డ, నడుముకు కట్టుకొనే దట్టీ లాంటివి పంచుకోవడానికి సిలువ క్రింద కూర్చున్నారు. ఆయన అంగీని కూడా తీసికొని ఆ అంగీ పైనుండి యావత్తు నేయబడినది గనుక వారు దానిని చింపక అది ఎవనికి వచ్చునో అని దాని కోసం చీట్లు వేయుదమని ఒకరితో మరొకరు చెప్పుకొని, సమభాగాలు చేసికోడానికి వీలుకాని ఆ అంగీ కొరకు చీట్లు వేసుకున్నారు (యోహాను 19:23,24) . కీర్తన కారుడు ప్రవసించిన ఈలేఖనము "నావస్త్రములు వారు

పంచుకొనియున్నారు. నా అంగీ కొరకు చీట్లు వేయుచున్నారు" (కీర్తన 22:18) నెరవేరింది.

2. ఆయన వాని ఎముకలన్నిటిని కాపాడును. వాటిలో ఒక్కటియైనను విరిగిపోదు (కీర్తన 34:20).

ఈప్రవచనానికి ఒక ప్రత్యేకత ఉంది. సిలువమీద చనిపోయినవారి శరీరాలను వెంటనే సిలువమీదినుండి తీసివేయడం రోమన్ల ఆచారం కాదు. ఆ శవాలు ఆవిధముగానే సిలువమీద వ్రేలాడనిచ్చేవారు. అవి ఎండకు ఎండి గాలికి బిగుసుకు పోయి కుళ్ళి ముక్కముక్కలుగా రాలిపోయెవరకు ఆశవాలను సిలువమీదే ఉంచేవారు. కొన్నిసార్లు ఆశవాలను పక్షులు, జంతువులు పీక్కి తినేవి. చివరకు నిప్పుపెట్టి ఆసిలువలతో సహా వాటిని కాల్చివేసేవారు. ఇదీ రోమా ప్రభుత్వానికుండే ఆచారం.

అయితే యూదుల ధర్మశాస్త్రములో "మరణశిక్షకు తగిన పాపము ఒకడు చేయగా అతనిని చంపి మ్రాను మీద వ్రేలాడదీసిన ఎడల అతని శవము రాత్రివేళ ఆమ్రానుమీద నిలువగూడదు. వ్రేలాడదీయబడినవాడు దేవునికి శాపగ్రస్తుడు గనుక నీదేవుడైన యెహోవా స్వాస్థ్యముగా నీకిచ్చుచున్న దేశమును నీవు అపవిత్రపరచకుండునట్లు అగత్యముగా ఆదినమున వానిని పాతిపెట్టవలెను. (ద్వితీ 21:22,23).

ఈనియమాన్ని రోమా ప్రభుత్వం పస్కా పండుగ సమయంలో తప్పనిసరిగా పాటించేది. యేసును సిలువ వేసిన దినము సబ్బతుకు ముందురోజు అనగా శుక్రవారము. శుక్రవారం సాయంత్రమునుండే వారి సబ్బాతు దినము మొదలైపోతుంది.

గావున ఆరోజు సిలువ మీద శవాలు వ్రేలాడగూడదు. ఇలాంటి విషయాలలో యూదులు అతి జాగ్రత్తగా యుంటారు. పస్కా పండుగ రోజున శవాన్ని చూడడంగాని వారి పవిత్ర పట్టణమైన యెరుషలేము పరిసరాల్లో పాతి పెట్టకుండా బయట ఎక్కడైనా ఉన్న అది అరిష్టంగానే భావిస్తారు. అందువలన కొందరు యూదామతపెద్దలు రోమా గవర్నరు దగ్గరకు వెళ్ళి ఒకవేళ సిలువవేసిన వారు చావకుండా ఉంటే వారిని ముక్కలు ముక్కలుగా నరికి చంపి సంధ్యా సమయానికి అంటే సబ్బాతు రోజు ప్రారంభం కాక ముందే వారిని ఖననం చేయాలని అనుమతి పొందారు. వారిలో ఉన్న మరొక దురాలోచన సిలువ వేయబడిన యేసు అంత తొందరగా చనిపోడు కనుక ఈసాకుతో అతనిని నరికి మరికొంత హింసపెట్టడానికి అవకాశం ఉంది. అయితే జరిగింది ఏమిటి?

యూదా మతపెద్దలు కోరిన కోర్కెను పిలాతు మంజూరు చేస్తాడు. వారి యిష్టప్రకారం జరిగించమని సైనికులకు ఆజ్ఞలు జారిచేసాడు. సైనికులు వచ్చి యేసుక్రీస్తుకు యిరువైపుల సిలువ వేయబడిన దొంగల కాళ్లను విరగ గొట్టారు. ఆయిద్దరు దొంగల కాళ్లను విరుగగొట్టి చంపిన తరువాత యేసు వద్దకు వచ్చారు. యేసును చూచి తాము చేయవలసింది ఏమిలేదని గ్రహించారు. కారణం మరణం ముందే ఆయనను వరించింది. ఆయన తల వ్రేలాడబడి ఉండడం ఆముఖ పాలిపోయి యుండడం వారు చూసారు. ఆయన ముందే చనిపోయాడని గ్రహించారు.

మరణించిన విషయాన్ని నిర్ధారణగా తెలుసుకోడానికి వారిలో ఒకడు తన బల్లాన్ని తీసుకొని ఆయన డొక్కలో పొడిచాడు. అది పెద్ద

గాయమే అయ్యింది. ఆయన ప్రక్కలో పొడిచిన బల్లెం బయటకు తీయగానే దానితో బాటు **రక్తం-నీరు** బయటకు వచ్చింది. వారు యేసునొద్దకు వచ్చి అంతకుముందే ఆయన మృతి పొందియుండుట చూచి ఆయన కాళ్ళు విరుగగొట్టలేదు.(యోహాను 19:33).

లేఖనాలలో ఆయన ఎముకలలో ఒక్కదైనను విరుగ గొట్టబడదు అనే ప్రవచనము నెరవేర్చబడింది. వారు నాచేతులను నాపాదములను పొడిచియున్నారు. వాని ఎముకలన్నిటిని కాపాడును. వాటిలో ఒక్కటియైనను విరిగిపోదు (కీర్తన 22:16 మరియు కీర్తన 34:20)అను లేఖనములు ఈసందర్భములో నెరవేరినాయి. హల్లెలూయ.

3. **అపహసించుట:**

యేసు ప్రభువు సిలువ మీద వ్రేలాడుతున్నాడు. అప్పుడు ఆమార్గమున వెళ్లుచున్నవారు తమ తలలు ఊపుచూ ఆహ్, దేవాలయమును పడగొట్టి మూడు దినములలో కట్టువాడా, సిలువమీదనుండి దిగి, నిన్ను నీవే రక్షించుకోమని ఆయనును దూషించిరి. అటులనే శాస్త్రులును ప్రధాన యాజకులును అపహాస్యముచేయుచూ వీడు ఇతరులను రక్షించెను గాను తన్ను తాను రక్షించుకోలేడు . ఇశ్రాయేలు రాజగు క్రీస్తు ఇప్పుడు సిలువమీదనుండి దిగి రావచ్చును. అప్పుడు మనము చూచి నమ్ముదమని ఒకరితో ఒకరు చెప్పుకొనిరి. (మార్కు 15:32). ఈసంఘటన కూడా లేఖనములో పేర్కొనబడినట్లుగానే జరిగింది.

నన్ను చూచువారందరు పెదవులు విరిచి తల ఆడించుచూ నన్ను అపహసించుచున్నారు. యెహోవామీద భారము మోపుము ఆయన వానిని విడిపించునేమో. వాడు ఆయనకు ఇష్ఠుడు గదా ఆయన వానిని తప్పించునేమో అందురు. (కీర్తన 22:7)

4. **సిలువ మీద యేసు పలికిన మాటలు:**

సిలువ వేయబడినవారు సహజంగా ఆ సిలువమీద వారనుభవిస్తున్న భాదను సహించలేక చేసే ఆర్తనాదాలు, ఆ భాద నుండి విముక్తి లభించాలనే కేకలు, మరియు తనకు కలిగిన ఆ భాదను బట్టి వారిని తిట్టడమో లేక భగవంతున్ని దూషించడం లాంటివి చేస్తారు. అయితే యేసు తాను సిలువమీద వేలాడుతున్నప్పటికిని చేతులలోను కాళ్ళలోను కొట్టబడిన మేకులు వలన రక్తస్రావం వలన కలిగే నొప్పికి భాదపడ్తున్నటికిని సిలువపై కొన్ని మాటలు పలికాడు. అవి చాలా ప్రాధాన్యతను సంతరించుకొనియున్నవి.అవేంటో చూద్దాము:

1. **మొదటగా, తండ్రీ, వీరేమి చేయుచున్నారో వీరెరుగరు గనుక వీరిని క్షమించుమని చెప్పెను. (లూకా 23:34)**

భాదతో చలించిపోయినప్పుడుకూడా దేవున్ని తండ్రీ అని సంభోదించడం గొప్ప విశేషం. దేవుని ప్రణాళిక ప్రకారం జరుగుతున్న ఆయజ్ఞ విషయం గూర్చి ఆయనను భాదించేవారికి తెలియదు గనుక **తండ్రీ, వీరేమి చేయుచున్నారో వీరెరుగరు గనుక వీరిని క్షమించుమని సిలువపై తన తండ్రికి ప్రార్థిస్తాడు.** తనతో తిరిగి తననु యూదా మత పెద్దలకు అప్పజెప్పిన స్నేహితుడు మొదలుకొని, ఆయనకు అన్యాయపు

తీర్పు తీర్చిన ప్రధాన యాజకుడు , మతపెద్దలు, రోమాసైనికులు వీరందరి గూర్చి వారిని క్షమించమని ప్రార్ధించాడు. తాను పరిచర్య చేస్తున్నప్పుడు తాను ఏమి ఇతరులకు చెప్పాడో నీశత్రువులను ప్రేమించు, నిన్ను శపించువారిని ఆశీర్వదించు, వారికొరకు ప్రార్ధించు 'అనే నియమాన్నే ఆచరించి చూపాడు.

2. `"నేడే నీవు నాతో కూడా పరదైసులో ఉందువు.(లూకా 23:43)

యేసుతో బాటు ఇద్దరు బందిపోటు దొంగలుకూడా సిలువ వేయబడతారు. "ఆతడు మరణించునప్పుడు భక్తిహీనులతో ఆయనకు సమాధిని నియమించబడెను. ధనవంతునియొద్ద ఉంచబడెను అని వ్రాయబడ్డ లేఖనానుసారంగా నే ఈసంఘటన జరిగింది. (యెషయ 53:9).

వారిలో ఒకరు కుడివైపున మరొకరు ఎడమవైపున సిలువపై వేలాడుతూ ఉండగా అందులో ఒకడు ఆయనను దూషించుతూ, నీవు క్రీస్తువు (దేవుడవు) గదా నిన్ను నీవు రక్షించుకొనుము, మమ్మును కూడా రక్షించుము అని అంటాడు.   అందుకు రెండవ వాడు తన తోటి దొంగ వైపు తిరిగి వాని భక్తి రాహిత్యాన్ని బట్టి వానిని గద్దించాడు. యేసు సిలువకు అప్పగించ బడినప్పటినుండి ఆయన గూర్చి విన్న ఈ దొంగ హృదయంలో మార్పుకలిగింది. తాము చేసిన నేరాలను బట్టి శిక్షను అనుభవిస్తున్నామని, ఆశిక్ష తాము పొందుటకు అర్హులమే అని కాని తమ మధ్య సిలువపైయున్న " ఈయన ఏ తప్పిదము చేయలేదు అని గ్రహించాడు. అంతేగాదు చనిపోబోతున్న ఆ దొంగ యేసు మరణం నుండి లేస్తాడని తరువాత లోకంలో రాజ్యమేలతాడని నమ్మాడు. అందుకే తన తోటి దొంగను నీవు దేవునికి భయపడవా? మనకైతే

ఇది న్యాయమే, మనము చేసిన వాటికి తగిన ఫలము పొందియున్నాము గాని ఈయన ఏతప్పిదము చేసియుండలేదు' అని అన్నాడు. యేసుక్రీస్తు నందలి విశ్వాసమును బట్టి రక్షించమని అడిగాడు.

యేసూ, నీవు నీరాజ్యములోనికి నేను వచ్చినప్పుడు నన్ను జ్ఞాపకచేసుకుంటావా అని పశ్చాతాప పడి ఆ దొంగ అడిగినప్పుడు యేసు వానితో 'నేడు నీవు నాతో కూడా పరదైసులో ఉందువని నిశ్చయముగా చెప్పుచున్నానని అతనికి అభయమిస్తాడు. ఆరోజే వారిద్దరూ కలిసి పరదైసులో ఉంటారనే వాగ్దానంతో యేసు అతని విశ్వాసానికి బహుమానమిచ్చాడు. ఇది రెండవ మాట.

3. **అమ్మా, ఇదిగో నీ ప్రియకుమారుడు. ఇదిగో నీతల్లి(యోహాను 19:27)**

సిలువమీద ఉన్న యేసు తన తల్లిని చూసాడు. ఆతల్లి ఈబిడ్డను కన్నాక దేవాలయంలోకి వెళ్ళినప్పుడు ఆమె హృదయంలోకి ఒక ఖడ్గం దూసుకుపోతాదని భక్తుడైన సిమ్యోనుచెప్తాడు. ఆఖడ్గమేమిటో ఆమెకు ఇప్పుడు తెలియవచ్చింది. తన కుమారుడు తన కళ్ళెదుట మరణించడం ఏతల్లి భరించగలదు. ఆమె సిలువమీద నున్న తన కుమారుని చూస్తూనేయుంది. ఆయన గొప్పవాడై సర్వోన్నతుని కుమారుడనబడును ప్రభువైన దేవుడు దావీదు సింహాసనమును ఆయన కిచ్చును. ఆయన యాకోబు వంశస్తులను యుగ యుగములు యేలును . ఆయన రాజ్యము అంతము లేనిదైయుండును" అని దేవదూత తనతో చెప్పినమాట గుర్తుకు తెచ్చుకొని , ఆగొప్ప తనం ఏది? అని

ఆలోసిస్తూ ఆసిలువపైనున్న తనకుమారుని చూచి తల్లడిలిపోతుంది.

యేసు శిష్యులలో ఒక్కడైన యోహాను ఆ సిలువ దగ్గరే యున్నాడు. ఆసమయంలో దేనిమీదకూడా తన దృష్టిని కేంద్రీకరించలేనంత భాదను ఆయన అనుభవిస్తూ కూడా యేసు తన తల్లివైపు చూసాడు. "అమ్మా, ఇదిగో నీ కుమారుడు అని కళ్ళతో యోహానును చూపిస్తూ అన్నాడు. ఆ శిష్యుని చూస్తూ "ఇదిగో నీతల్లి అన్నాడు. తన తల్లిని యోహానుకు అప్పగించడంలో యోహాను భారంగా గాక అదొక భాగ్యంగా వరంగా స్వీకరిస్తాడని యేసుకు తెలుసు.

4. "నా దేవా, నా దేవా- నన్నెందుకు చెయ్యి విడిచితివి (మార్కు 15:34)

లోకపాపమంతా ఆయన మీద పడిపోయింది.యేసు ప్రభువు సిలువ మీద శ్రమ అనుభవిస్తున్నాడు. లోక రీత్యా ఒంటరివాడిని అయిపోయినట్లుగా భావించి తండ్రి స్థానంలో ఉన్న దేవున్ని నా దేవా, నాదేవా అని మాట్లాడుతున్నాడు. అవును. ఆయన తల్లి తప్ప మిగిలిన కుటుంబ సభ్యులు మొదటగా ఆయనను తిరస్కరించారు. పరిచర్య చేస్తున్నపుడూ గొప్ప జనసమూహము ఆయన ఎక్కడకెలితే అక్కడ ఉండేది. ఇప్పుడు ఆయన చుట్టూ ఎవరూ లేరు. ఆయన తరుపు మాట్లాడడానికి ఎవరు లేరు. ఆయనను అనుసరించిన ప్రజలు ఆయనను విడిచి వెళ్ళిపోయారు. ఆయనను అనుసరించిన శిష్యుడు, ఇస్కరియోతుయూదా ఆయనకు ద్రోహము చేసాడు. గెత్సెమనే తోటలో సైనికులు యేసును బంధించడంతో మిగతా శిష్యులు కూడా అతనిని వదలి పారిపోయారు. తండ్రి అనుగ్రహంతో

రోగాలతో భాధపడేవారికి , శ్రమలలో ఉన్నవారికి, భాధలలో ఉన్నవారికి ఆయనే ఓదార్పు నిచ్చాడు. తండ్రి యైన దేవుడు నాతో ఉన్నాడు గనుక నేను ఒంటరివాడను కాను అని భావించేవాడు. ఇప్పుడు దేవుడు కూడా ఆ అనుగ్రహోన్ని వెనుకకు తీసాడు. మరణము ఆయనను పట్టుకొని లాగుతుంది. ఏదేవదూత ఆయనను రక్షించడానికి రాలేదు. ప్రేమానురాగాలుగల తండ్రి తన ప్రియమైన కుమారునితో ప్రవర్తించినట్లుగాక మహా నేరం చేసిన ఒక నేరస్థుని ఎడల నీతిమంతుడైన న్యాయాధిపతి వలె ఇక్కడ తన కుమారుడైన యేసు ఎడల ప్రవర్తించాడు. ఆయన గమ్యాన్ని చేరుకోవడానికి ఆయన వదలిపెట్టబడ్డాడు. దేవుడు పరిశుద్ధుడు. తన ప్రేమపాత్రుడైన కుమారునికి దూరమయ్యాడు. ఈఎడబాలే యేసు ప్రభువును క్రుంగదీసింది. దేవుడు తనను నిస్సహాయంగా వదలిపెట్టాడని అనుకొని ఈ కేకతో ఆయన తనను దేవుని చేతులకు అప్పగించుకోవడానికి వేగిరపడ్డాడు.

5. "నేను దప్పిగొనుచున్నాను (యోహాను 19:28)

ఈవాక్యము ఈలాగున ప్రాయబడియున్నది. అటు తరువాత సమస్తమును అప్పటికి సమాప్తమైనదని యేసు ఎరిగి లేఖనము నెరవేరునట్లు నేను దప్పిగొనుచున్నాను అంటున్నాడు. శారీరకమైన భాద పరాకాష్ఠతనందుకొనగా లేఖనము నెరవేరునట్లు "నేను దప్పిగొనుచున్నాను" అంటున్నాడు. దేవుడాయనకు ఒక పనిని అప్పగించాడని , తాను నెరవేర్చవలసిన ఆ కార్యము బాధ్యతగా పూర్తి చేసాను అన్నట్లుగా సంపూర్ణ నిర్వాహణలో శారీరకంగా అలసిపోయినట్లు నేను దప్పిగొను చున్నాను అని అన్నాడు. అయితే అక్కడనున్నవారు ఒక స్పాంజిని

చిరకతో నింపి హిస్సొపు పుడకకు తగిలించి ఆయన నోటికి అందిస్తారు.

6. సమాప్తమైనది (యోహాను 19:30)

యేసుక్రీస్తు ఈభూమి మీద ఉండగా ఆయనకు చేతినిండా పనిఉంది. ఆయన జీవితంలో ముందుగానే నిర్ణయించబడిన పనిని సంపూర్తి చేయాలనే ఆయన తన సేవా కార్యక్రమాణ్ణి ప్రారంబించాడు. నన్ను పంపిన వాని పని చీకటి పడకముందే నేను చేయాలనేవాడు. నేను ఎల్లప్పుడు ఆయనకు సంతోషమును సంతృప్తిని కలిగించే పనులనే చేసాను కనుక నా తండ్రి నన్ను ప్రేమిస్తున్నాడు అన్నాడు. నేను సంపూర్తి చేయాలని నీవు నాకిచ్చిన పనిని నేను సంపూర్తి చేసానన్నాడు. కనుకనే ఆపని యిప్పుడు సమాప్తమైనది అన్నాడు

7. తండ్రి, నీచేతికి నా ఆత్మను అప్పగించుకొను చున్నాను (లూకా 23:46)

చిట్టచివరగా ఆయన సిలువమీదనుండి పలికిన ఏడవ మాట "**తండ్రి, నీచేతికి నా ఆత్మను అప్పగించుకొను చున్నాను**". మరణించబోయేముందు తన ఆత్మను గురించి ప్రార్థించాడు.

యేసు మరణించుట

యోహాను సువార్త 10 అధ్యాయములో తాను ఒక మంచి గొర్రెల కాపరినని; మంచి కాపరి గొర్రెల కాపరి తన గొర్రెల కొరకు ప్రాణం పెట్టుననని చెప్పుతూ "నేను దాని మరలాతీసుకొనునట్లు నా ప్రాణము పెట్టు చున్నాను. ఇందువలననే నాతండ్రి నన్ను ప్రేమించు చున్నాడు. ఎవడును నా ప్రాణము తీసికొనడు. నా అంతట నేనే దాని పెట్టుచున్నాను. దాని పెట్టుటకు నాకు అధికారము గలదు. దానిని తిరిగి తీసుకొనుటకు ను నాకు అధికారము గలదు అని అంటాడు. ఇప్పుడు ఆయన ప్రాణం పెడుతున్నాడు. తన ప్రాణాన్ని తన తండ్రి చేతికి అప్పగించుకుంటున్నాడు. దేవుని హస్తాలు బలమైనవి. రక్షణకరమైనవి. ప్రేమ పూరితమైనవి. "నాహస్తపు నీడలో నేను నిన్ను కప్పియున్నాను." అని దేవుడూ అభయమిచ్చాడు.

మనం కూడా ఈజీవిత యాత్రను చాలించి మరణంలో అడుగుపెట్టబోతున్న రోజున మన మానసిక పరిస్థితి అంతా ఎలా ఉంటుందో గ్రహించుకోవాలి. భూలోకానికి సంబంధించిన అన్నిరకాల భంధాల నుండి మన ఆస్తిపాస్తులనుండి మన కార్య కళాపాలనుండి మన గృహంలో ఉండే సమస్త సుఖ సౌక్యాలనుండి దూరమై పోతాము. విశ్వాసులకెంటి మిగతావారికెంటి అన్నిచోట్ల కంచే మరణశయ్యమీద ఉన్నవారి మనస్సు ప్రార్ధనా భావంతో నిండుకొనియుంటుంది. ఆవసాన

దశలో ఉన్న ప్రతీవారు ప్రార్ధించుట సహజం. మరణించిన తరువాత మనిషి శరీరము మట్టిలో కలిసిపోతుంది.

మరణించబోతున్న యేసు ప్రభువు తన ఆత్మను గూర్చి ప్రార్ధించాడు. ప్రాణం పెట్టాడు. మిగతా కార్యం దేవుడు జరిగిస్తాడు. ఈపుస్తకములో ధ్యానించబోయే అంశము కూడా అదే. మరణించిన తరువాత మన ఆత్మ ఎక్కడికి వెలుతుందనేదే.

యేసు మరణించిన సమయంలో జరిగిన ముఖ్య సంఘటనలు:

ఎప్పుడైతే యేసు గొప్ప శబ్దముతో కేకవేసి తండ్రీ, నీ చేతికి నా ఆత్మను అప్పగించుకొనుచున్నాను అని చెప్పి ప్రాణము విడిచి పెట్టాడో, అనేక

సంఘటనలు ఆసమయంలో చోటు చేసుకున్నాయి. ఈసృష్టి కూడా దేవుని కుమారుని మరణంతో స్పందించింది.

1. మధ్యాహ్నం మొదలుకొని మూడు గంటలు వరకు ఆదేశమంతటా చీకటి కమ్మింది. సూర్యుడు అదృశ్యుడాయెను. (మత్తయి 27:45).

2. భూమి వణికెను. బండలు బద్దలాయెను అని మొదటి మూడు సువార్తలలో ప్రాయబడియుంది.

    మన సమస్త పాపాల శాపాన్ని మోసిన సమయం. మన అతిక్రమాలన్నిటికీ మనం పొందవలసిన నరకాగ్ని మనపైకి వచ్చిన దేవుని ఉగ్రత ఈమూడుగంటల సమయంలో కుదించబడింది.ఆమూడుగంటల సమయంలో ఆయన ఆవెల చెల్లించి పాపపు ఋణసమస్య ను పరిష్కరించి మానవుని విమోచనకు అవసరమైన కార్యం పూర్తి చేసాడు.

3. దేవాలయపు తెర చినుగుట

యేసు క్రీస్తు సిలువపై మరణించిన సమయంలో జరిగిన మరొక గొప్ప సంఘటన దేవాలయ తెర రెండుగా చినిగి పోవుట.చినిగిన తెర -దేవునికి మానవునికి మధ్య అడ్డుగోడ తొలగింపు కు సాదృశ్యం:

"యేసు సిలువలో మరణించిన సమయంలోయెరుషలేములోని దేవుని దేవాలయ తెర పైనుండి క్రింది వరకు రెండుగా చినిగెను"అని దేవుని వాక్యము చెప్పుతుంది. దీన్ని ప్రాధాన్యత ఎందో చూద్దాము.

యేసు ప్రభువు సిలువ వేయబడిన పిమ్మట మధ్యాహ్నము మొదలుకొని మూడు గంటలవరకు ఆదేశమంతటను చీకటి కమ్ముకుంది. ఇంచుమించు మూడుగంటలప్పుడు యేసు బిగ్గరగా కేకవేసి ప్రాణము విడుస్తాడు. అప్పుడు దేవాలయపు తెర పైనుండి క్రింది వరకు రెండుగా చినిగెను భూమి వణికెను. బండలు బద్దలాయెను సమాధులు తెరువబడెను.

ఇది ఒక అసాధరణ సంఘటన. ఈదేవాలయపుతెర మనుష్యులు చించితే చిరిగే తెరకాదు. ఇశ్రాయేలీయులు అరణ్యంలో ప్రయాణం చేస్తున్న సమయంలో సీనాయి పర్వతము మీద దేవునితో మోషే ఉన్న తరుణంలో దేవుడు మోషేకిచ్చిన ఆదేశం ప్రకారం దేవాలయంలో పరిశుద్ధస్థలమునకు మరియు అతిపరిశుద్ధ స్థలానికి మధ్య ఏర్పరచబడినదీతెర. ఈ అతిపరిశుద్ధస్థలంలోకి ఒక్క ప్రధాన యాజకుడు తప్ప మరి ఎవ్వరు ప్రవేశించడానికి వీళ్ళేదు.

తల్ముడు అనే యూదుల గ్రందము ను క్షున్నంగా అధ్యయనం చేచిన దైవజనులు, మరిముఖ్యంగా జాన్ వెస్లీ గారు (రాజమండ్రి) తన 2019 గుడ్ ఫ్రైడే సందేశంలో ఏమిచెప్పారంచే 'సుమారు 300 మంది యాజకులు తయారుచేసిన ఈ తెర 60 అడుగుల పొడవు 30 అడుగుల వెడల్పు 4 అంగులాల మందం, సుమారు 4 టన్నుల బరువు ఉండే ఈతెరను రెండు ఏనుగులు ఆప్రక్కన ఈప్రక్కన పట్టుకొని లాగినా చిరగనటువంటి బలము గలది. ఆతెర మనుష్యులు చింపితే చినిగేది గాదు. ఆ అవసరము ఆ సిలువవేయబడే సమయములో ఎవరకు లేదు. పైగా అది దేవుని పరిశుద్ధ అతి పరిశుద్ధస్థలముమధ్య ఏర్పాటు చేయబడిన తెర. అక్కడకు ప్రధాన యాజకుడులాంటి వ్యక్తికి తప్ప ఎవరికి ప్రవేశము లేదు.

ఆసమయంలో ఆతెర చినగడం యాజకులు ప్రధానయాజకుడు లాంటివ్యక్తులే అవాక్కుఅయ్యారు. ఇది దేవుడు చేసిన కార్యమని, దేవుడు తలపెట్టిన రక్షణ ప్రణాళిక ఈ సిలువయాగంతో పూర్తియైన దని "అటుతరువాత సమస్తమును అప్పటికి సమాప్తమైనదని యేసు ఎరిగి లేఖనము నెరవేరిందని యేసు అన్నట్టు" బైబిలు పండితులు చెప్పుచున్నారు. అవును.

తెర చించబడ్డాది అంచే దాని అర్ధమేంటి? పరిశుద్ధ స్థలము మరియు అతిపరిశుద్ధస్థలం మధ్య ఏర్పాటు చేయబడిన తెర దేవునికి మానవునికి మధ్య అడ్డుగోడను తొలగించడం. ఈ అతిపరిశుద్ధస్థలంలోకి ఒక్క ప్రధాన యాజకుడే ప్రవేశించాలి. ఎప్పుడు? ధర్మశాస్త్ర అతిక్రమణదారుడైన యూదుడు తాను చేసిన పాపాలు ఒప్పుకొని అవి క్షమించబడడానికి ప్రతిఏట బలిపీఠంపై

గొర్రెలను గాని, కోడెల రక్తాన్ని తన పాపపరిహారార్థ బలిగా ప్రోక్షించబడినప్పుడు. ఆ గొర్రెపిల్ల రక్తాన్ని ప్రధానయాజకుడు అతిపరిశుద్ధస్థలంలోకి తీసుకొనిపోయి ధర్మశాస్త్రము ఉన్న మందసం కరుణా పీఠం ముందు ప్రోక్షించాలి. (లేవీకాండము 16:16-19). అదైన ఏడాది కొకసారే. ప్రాయశ్చిత్త బలి అర్పించే రోజున మాత్రమే.

కానీ మన యేసు ప్రభువు మేకలయొక్కయు కోడెలయొక్కయు రక్తముతో గాక లోక పాపాలకు అర్పణగా అనంతకాలానికి సరిపడా తన స్వరక్తము సిలువపై బలిగా అర్పించేసినాడు గాబట్టి మానవుడెవరూ ఇక జంతు బలినర్పింపనవసరములేదు. ఇకప్రధానయాజకుడు ఏరక్తమును తీసుకొని అతిపరిశుద్ధస్థలములోకి తీసుకొని వెళ్లనక్కర్లేదు. విరిగినలిగిన మన హృదయ స్తుతియాగములే దేవునికి బలిఅర్పణలు. యేసు ప్రభువే ప్రధానయాజకుని రూపములో తన అతిపరిశుద్ధరక్తమును తీసుకొని ఒకేసారి పరలోకసంబంధమైన ఈ అతి పరిశుద్ధ స్థలంలోడున్న దేవుని సన్నిదిలోకి ప్రవేశించాడు. గాబట్టి దేవునికి మనుషునికి మధ్య ఉన్న ఈఅడ్డుతెరను యేసు తొలగించేసాడు.

పౌలు రోమీయులకు వ్రాసిన పత్రిక 8:34 ఏమిచెబుతుందంటే, "మృతులలో నుండి లేచినవాడును, దేవుని కుడి పార్శ్వమున ఉన్నవాడును, మనకొరకు విజ్ఞాపన చేయువాడును ఆయనే". మానవశరీరంతో దేవుడు తన కుమారుని ఈలోకానికి పంపించాడు. దేవుని కుమారుడు మనిషిగా అవతరించాడు. మనుషులందరిలాగ రక్తమాంసాలు కలిగియున్నాడు.. ఆయనలో మానవ స్వభావం ఉందిగనుక జీవితంలో మనం అనుభవించే కష్టనష్టాలన్నిటిని

ఆయనకూడా అనుభవించాడు. జీవితంలో మనం అనుభవించే కష్టాలలో శ్రమలలో ఆయన మనతో సహనుభవంఉంది. గనుక పాపపరిహారార్ధబలి రక్తాన్ని దేవునిముందు ఏరకంగా యాజకుడు అనుదినం సమర్పించేవాడో, అదే రకంగా క్రీస్తు పాపుల పక్షంగా ప్రధాన యాజకుడుగా మనకంటే ముందుగా తండ్రిముందు నిలిచి మన పక్షమున తన రక్తం ఆధారంగా తండ్రికి విజ్ఞాపణ లు చేస్తూ ప్రశస్థమైన తన నీతి సువాసనతో పాటు పశ్చాతాపం పొందిన విశ్వాసుల ప్రార్ధనలను సమర్పిస్తున్నాడు. హల్లేలూయ.

దేవుని సన్నిదిలోకి ప్రవేశపెట్టగలుగు యేసు బలి అర్పణ నేటిమానవుడెవరును అర్పింపజాలడు.క్రీస్తుయొక్క రక్తయాగము మాత్రమే దీనిని చేయగలదు. క్రీస్తు మరణముద్వారా ఆయనను అంగీకరించిన మనందరము మన అతిక్రమములనుండి మనము విమోచింపబడియున్నాము. గతపాపములవిషయమై మనహృదయములు వేదింపబడకుండునట్లు దేవుడు మన మనస్సాక్షిని శుద్ధిచేయును. యేసుక్రీస్తుద్వారానీతిమంతులుగా తీర్చబడి దేవుని సన్నిదిలోకి ప్రవేశించడానికి అర్హత పొందియున్నాము. భూమిపై చినిగిన తెర పరలోకద్వారమును సూచించుచున్నది. .యేసు మనపాపములవిషయమై యాగమును అర్పించుటమాత్రమేగాక దేవునియొక్క ప్రశస్థమైన సన్నిదిలోకి మార్గమును తెరిచాడు.

4. **శతాధిపతి యేసుక్రీస్తును దేవుని కుమారుడని అంగీకరించడం.(లూకా 23:47)**

ఇంద్రియజ్ఞానం మనకు కొన్ని అనుభూతులను కలిగిస్తాది. ఆప్రాంతమంతా మధ్యాహ్నమే చీకటి కమ్ముదం, బండలు

బ్రద్దలయ్యేంత భూకంపం రావడం శతాధిపతి మనస్సులో కూడా భయభీతితో కూడిన భక్తి భావాన్ని రేకెత్తించింది. ఆయన సిలువపై యున్న సమయంనుండి ప్రకృతిలో జరుగుతున్న ఈవిచిత్రమైన పరిణామాలు రోమా శతాధిపతి అతని సైనికులు యేసు దేవుని కుమారుడని నమ్మేలా చేసాయి.

అంతేగాదు యేసుక్రీస్తు విచారణ ప్రారంభమునుండి ఆయనను సిలువవేసేటంతవరకు జరిగిన విషయానంతా క్షుణ్ణంగా పరిశీలిస్తున్న ఆశతాధిపతి యేసును అంగీకరించి ఒప్పుకున్నాడు. యేసును బంధించిన దగ్గరనుండి ఆయన అంతము వరకు బహుసా ఈశతాధిపతి ఆయన ప్రక్కనే ఉన్నాడు. ఆసమయంలో ఆయనకు వ్యతిరేకంగా ఆయన శత్రువులు చేసిన అన్యాయం, అక్రమాలను అతడు గమనిస్తున్నాడు. యేసు తనను సిలువ వేసిన వారిని క్షమించమని చేసిన ప్రార్థన విన్నాడు. ఆయన తల్లికి ఆదరువు చూపెట్టడం చూసాడు. దేవునితో పొత్తు పెట్టుకోవడం చూసాడు. ఇవన్నీ అతనిలో ఆసక్తి ఆశ్చర్యం కలిగించాయి. అతని హృదయం ఉప్పొంగింది. ఆఖరికి యేసు తన చివరి ప్రార్థన చేయగా భూకంపం ఆప్రార్థనకు జవాబు పలికింది. అది గమనించిన అతడు తన మనస్సులో ఉప్పొంగి బయటకు వస్తున్న అంగీకారాన్ని అణచిపెట్టుకోలేకపోయాడు. అందుకే "నిజముగా ఈయన దేవుని కుమారుడు అని అన్నాడు. అతడు తరువాత యేసుక్రిస్తును అంగీకరించి రోమా సైన్యాన్ని వదలిపెట్టి యేసు సువార్తికునిగా మారి హతసాక్షి అయినట్లు అనేక కథనాలు కూడా ఉన్నాయి. యేసుప్రభువు ప్రవర్తనను గురించి తెలుసుకోవడానికి ఆ శతాధిపతి పలికిన మాట ఒక గొప్ప శాక్షి భూతం.

5. సమాధులు తెరువబడెను. నిద్రించిన అనేకమంది పరిశుద్ధుల శరీరములు లేచెను. వారు సమాధులలో నుండి బయటకు వచ్చి ఆయన లేచిన తరువాత పరిశుద్ధ పట్టణములో ప్రవేసించి అనేకులకు అగపడిరి (మత్తయి 27:52,53)

యేసుక్రీస్తు మరణించినపుడు జరిగిన రెండవ వింత మరణించిన వారిలో కొందరు పునరుత్థానులైనారు. ఆయన మరణించినప్పుడు - సమాధులు తెరవబడెను. నిద్రించిన అనేక మంది పరిశుద్ధుల శరీ రములు లేచెను. వారు సమాధులలో నుండి బయటకు వచ్చి **ఆయన (యేసు) లేచిన** తరువాత పరిశుద్ధపట్టణములో ప్రవేసించి అనేకులకు అగపడిరి. (మత్తయి 27:52,53)

గమనించవలసిన విషయము ఏమిటంశే యేసు మరణించినప్పుడు సమాధులలో నుండి పునరుత్థానము పొందిన అనేకమంది పరిశుద్ధులు యేసు మూడవరోజు పునరుత్థానములో లేపబడిన తరువాతనే పరిశుద్ధ పట్టణములోకి ప్రవేసించి అనేకులులకు కనబడతారు.

యేసు ధనవంతుని సమాదిలో భూస్థాపన చేయబడుట:

అరితమయి అను యూదుల పట్టణపు సభ్యుడైన యోసేపు అను ఒకడుండెను. అతడు సజ్జనుడును నీతిమంతుడునై యుండి వారి ఆలోచనకు వారి చేసిన పనికి సమ్మతింపక దేవుని రాజ్యము కొరకు కనిపెట్టుచుండిన వాడు. అతడు పిలాతు నొద్దకు వెళ్లి యేసు దేహమును తనకిమ్మని అడిగి దానిని క్రిందికి దించి సన్నపునార బట్టతో చుట్టి

తొలిచిన రాతి సమాధిలో ఉంచెను అందులో ఎవడును అంతకుమునుపెవ్వడును ఉంచబడలేదు (లూకా 23:50-53)

అటు తర్వాత యూదుల భయము వలన రహస్యముగా అరితమయి యేసేపు తాను యేసు దేహమును తీసికొను పోవుటకు పిలాతు నొద్ద సెలవడిగెను. గనుక అతడు వచ్చి యేసు దేహమును తీసికొని పోయెను (యోహాను 19:38).

ఆ దినము సిద్ధపరచు దినము అనగా యేసు ప్రభువును సిలువ వేసిన రోజు శుక్రవారము విశ్రాంతి దినమునకు (శనివారము) ముందటి రోజు. సాయంకాలమైనప్పుడు అరితమయి యేసేపు తెగించి పిలాతునొద్దకు వెళ్ళి యేసు దేహము తనకిమ్మని అడిగెను.అతడు ఘనత వహించిన ఒక సభ్యుడై దేవుని రాజ్యము కొరకు ఎదురు చూచువాడు.పిలాతు ఆయన ఇంతలోనే చనిపోయెనా అని ఆశ్చర్యపడి ఒక శతాధిపతిని తన యొద్దకు పిలిపించి ఆయన ఇంతలోనే చనిపోయెనా అని అతనిని అడిగెను. శతాధిపతి వలన సంగతి తెలిసుకొని యేసేపునకు ఆశవము నప్పగించెను (మార్కు 15:42-45).

మొదటి మూడు సువార్తలలో అరితమయి యేసేపు అను ఒక ధనవంతుని గూర్చి ప్రస్తావించబడ్డాది. ఈ ధనవంతుడు పిలాతు యొద్దకు పోయి యేసు దేహమును తనకిమ్మని అడగడం రోమా గవర్నరు అయిన పిలాతు ఆవిన్నపాన్ని మజూరు చేయడం చూస్తాము. అతడు దానిని తీసుకొనిపోయి తనకొరకు తొలిపించుకున్న (సిద్ధము చేసికొనియున్న) సమాధిలో భూస్థాపన చేయడం చూస్తాము. అయితే ఈ సమాధి ఒక కొండలోని బండలో తొలచబడింది. ఈబండ భూమి మీద ఒంటరిగా నిలచి కేవలం ఒక గుహను పోలియుంది. అది సహజమైన గుహ కాదు. అది బండలోనే కృత్రిమగా తొలచబడ్డాది. అది మన

సమాధులవలె క్రిందివైపుకు తొలచబడలేదు. అది బండలోనికి తొలచబడింది.అంతకు ముందు దానిలో ఎవరిని ఉంచలేదు.

అయితే ఆగుహలో భూస్థాపన చేసే ముందు నికొదేము అను యూదా మత భోధకుడు కూడా వస్తాడు. అతడు బోళముతో కలిపిన అగరు రమారమి నూట ఏబది సేర్ల ఎత్తు తెస్తాడు. అంతట వారు యేసు దేహమును యూదులు పాతిపెట్టు మర్యాద చొప్పున ఆసుగంధ ద్రవ్యములు ఆశరీరానికి పూచి నారబట్టలు చుట్టి యేసును ఆసమాదిలో పెట్టి దాని ద్వారాన్ని పెద్దరాతితో మూస్తారు.యోహాను 19 అధ్యాయము 19 నుండి 49 వచనములలో యేసు శరీరమును సమాధి చేయబడు విధానమును చూస్తాము.

దీనితో అతడు మరణమైనప్పుడు భక్తిహీనులతో అతనికి సమాది నిర్ణయించబడెను. ధనవంతుని యొద్ధ అతడు ఉంచబడెను అని యెషయ 53: 9 ప్రవసించిన లేఖనము నెరవేర్పుయేసుక్రీస్తులో జరిగింది.

యేసు పునరుత్థానము

❧❧

యేసు పునరుత్థానము పొందే సమయంలో జరుగు సంఘటనలు

యేసు ముందుగా చెప్పిన ప్రకారము మూడవ రోజున అనగా ఆదివారము ఆయన సమాధినుండి సజీవుడై లేచాడు. ఆయన లేచాడని నాలుగు సువార్తల

లోను వ్రాయబడ్డాయి.

1. మత్తయి 28:1-4 చదివితే ఆదివారం ఉదయం తెల్లవారకముందే ఇద్దరు మరియలు సమాధిని చూడానికి వస్తారు. వారు అక్కడికి వచ్చినప్పటికే ఒక గొప్ప భూకంపం వచ్చింది. **ప్రభువు దూత పరలోకంనుండి దిగివచ్చి సమాధిరాయి పొర్లించి దానిమీద కూర్చుని యుండడం చూస్తారు.** ఆదూత స్వరూపం మెరుపు వలె ఉంటాది. అక్కడ ఉన్న రోమా సైనికులు కళ్లు చెదరే తెల్లనివస్త్రములు ధరించుయున్న అతన్ని చూచి మూర్చపోయి పడియున్నట్లుగా గమనించగలము.

2. మార్కు 16:2) వారు ఆదివారమున పెందలకడ లేచి సూర్యోదయమైనప్పుడు సమాధియొద్దకు వచ్చుచుండగా సమాధి ద్వారము **మనకొరకు ఎవడు పొర్లించునని ఒకరుతో ఒకరు**

చెప్పుకొని చుండిరి. వారు కన్నులెత్తి చూడగా, రాయి పొర్లింపబడి యుండుట చూసిరి. ఆరాయి ఎంతో పెద్దది.

మార్కు సువార్త 16:1 లో ఆ యిద్దరు మరియలు **ఎందుకు వచ్చారు** అనేది వ్రాయబడింది. వారు **యేసు శరీరానికి సుగంధ ద్రవ్యములు పూయడానికి** వచ్చారు. అయితే వారు వస్తున్నప్పుడు మనకొరకు సమాధిపై రోమా సైనికులు ముద్ర వేసిన ఆపెద్ద రాయిన మనకొరకు ఎవరు దొర్లిస్తారు అనుకుంటూ వచ్చారు. అయితే వారు వచ్చి కన్నులెత్తి చూడగా **ఆరాయి అప్పటికే దొర్లించిబడియుంది.**

3. లూకా 24:1 ఆదివారమున తెల్లవారుచుండగా (ఆస్త్రీలు) తాము సిద్ధపరచిన సుగంధ ద్రవ్యములను తీసుకొని సమాధియొద్దకు వచ్చి సమాధి ముందర ఉండిన రాయి దొర్లింపబడియుండుట చూసి లోపలికి వెళ్లిరి గాని **ప్రభువైన యేసు దేహము వారికి కనబడలేదు**

లూకా వ్రాసిన సువార్తలో సుగంధ ద్రవ్యములను తీసుకువచ్చిన ఆస్త్రీలు దొర్లింపబడిన సమాధిలోపలికి వెళ్లడము, అందులో ప్రభువైన యేసు దేహము కనబడక పోవడము గమనించి ఆశ్చర్య పడడం జరుగుతాది. అక్కడ వారికి **దేవదూతలు కనిపించి యేసు యేసు సజీవుడయ్యాడని,** ఆయన పాపిష్ఠులైన మనుష్యుల చేతికి అప్పగింపబడి, సిలువ వేయబడి మూడవదినమందు లేవవలసి యున్నదనే లేఖనము జ్ఞాపకము చేసుకోమని చెప్పుతాడు. వారా మాటలు జ్ఞాపకము చేసుకొని సమాధియొద్దనుండి తిరిగి వెళ్లి ఈసంగతులన్నియు పదునొకండుగురు శిష్యులకును తక్కినవారందరికి తెలియ

జేస్తారు.(లూకా 24:1-9) . ఆరకంగా యేసు పునరుత్థానం గూర్చి మొదటగా ప్రకటించినవారు మగ్దలేనె మరియ ను మరియు యాకోబు యోహాను తల్లియైన మరియ ఉన్నారు.

4. యోహాను సువార్తలో ఆస్త్రీలు వచ్చి చెప్పిన మాటను బట్టి **సీమోను పేతురును మరియు యోహాను వచ్చి సమాధిలోకి ప్రవేసించి నారబట్టలు మరియు ఆయన తల రుమాలు నారబట్టల యొద్ద ఉండక వేరొకచోట చుట్టిపెట్టియుండుటయి చూస్తారు.**అయినను ఆయన మృతులలో నుండి లేచుట అగత్యమను లేఖనము గ్రహింపలేదు. అక్కడ జరిగిన సాక్ష్యాధారాలు చూచి యోహాను నమ్ముతాడు గాని పేతురు మనస్సులో ఎదో సంశయము ఉన్నట్లు మనం గమనించగలము.

క్లుప్తంగా చెప్పాలంటే యేసు శరీరానికి సుగంధ ద్రవ్యాలను పూయడానికి ఆదివారము ఉదయమే యేసును సమాధి చేసిన స్థలం దగ్గరకి వచ్చినట్లు తెలుస్తుంది. ఆయిద్దరు స్త్రీలు మనకోసం ఆపెద్దరాయిని ఎవరు దొర్లిస్తారని చెప్పుకుంటూ రావడం , వారు వచ్చినప్పటికే ఆ రాయి పొర్లించి యుండడం, దేవదూతలు వారితో యేసు సజీవుడుగా లేచాడని చెప్పడం, , ఆస్త్రీలు వెళ్లి మిగతా శిష్యులతో చెప్పడం వారుకూడా వచ్చి చూచి వెళ్ళడం జరిగింది.

సమాధి రాయి దొర్లింపబడి యుండుట

కావలివారిలో కొందరు పట్టణములోనికి వచ్చి జరిగిన సంఘటనలన్ని ప్రధాన యాజకునితో చెప్పారు. వారు పెద్దలతో కూడి వచ్చి ఆలోచన చేసి ఆ సైనికులకు ద్రవ్యమిచ్చి **మేము నిద్రబోవుచుండగా అతని శిష్యులువచ్చి రాత్రివేళ అతనిని ఎత్తుకొని పోయిరని మీరు**

చెప్పుడి. ఇది అధిపతి చెవిని బడిన ఎడల మేమతనిని సమ్మతి పరచి మీకేమియు తొందర కలుగకుండ చేతుమని చెప్పిరి. అప్పుడు వారు ఆద్రవ్యము తీసుకొని తమకు భోధింపబడిన ప్రకారము చేసిరి.ఈమాట యూదులలో వ్యాపించి నేటివరకు ప్రసిద్ధమై యున్నది. (మత్తయి 28:11-15).

కావలి యున్నవారు సైనిక క్రమశిక్షణ గల రోమా సైనికులు. ఉద్యోగ నిర్వాహణలో తేడావస్తే వారికి కఠిన శిక్ష పడుతుంది. రాత్రి కావలి సమయంలో కొంతమంది నిద్రించినా గాని ఇద్దరు ముగ్గురు మెలకువగా తిరుగుతూనే యుండాలి. ఆకావలి వారి సమక్షంలో శిష్యులు వచ్చి సమాధిపై ఉంచబడినది పెద్దరాయి దొర్లించడం గాని యేసు దేహాన్ని ఎత్తుకు పోవడం అసాధ్యం.

మత్తయి 28 అధ్యాయము ప్రకారము రోమా అధికార చిహ్నముతో లేక ముద్రతో సమాధి ముద్ర వేయబడింది. రాయి దొర్లింపబడగానే ముద్ర తెంచబడింది. ముద్ర తెంచబడినందుకు కారకులైన వ్యక్తిగాని వ్యక్తులుగాని అధిపతికి గాని అధిపతులకు గాని జవాబివ్వవలసియుంటుంది. అవేమి జరగలేదు. దీనిని బట్టి రాత్రివేళ యేసు శిష్యులు వచ్చి ఆయన శరీరమును ఎత్తుకు పోవడమనేది అసాధ్యము అని అనిపిస్తుంది.

యేసు పునరుత్థాన లేఖనాలు

యేసు పునరుత్థానుడై తిరిగి లేస్తాడని అనేక ప్రవచనాలు ముందుగానే చెప్పబడ్డాయి. వాటిని ఒకసారి జ్ఞాపకం చేసుకుందాము

నీవు నా ఆత్మను పాతాళములో విడిచిపెట్టవు. నీ పరిశుద్ధుని కుళ్లు పట్టనీయవు (కీర్తన 16:10)

దావీదు దేవుని ఆత్మచే ప్రేరేపింపబడి వ్రాసిన ఈకీర్తన క్రీస్తు సిలువ వేయుబడుటకు సంబంధించి ముందుగా ప్రవసించినదే. ఆయన పుట్టుక మొదలుకొని సిలువవేయుబడు వరకు ప్రవక్తలు ముందుగా ఎలాగుప్రవసించిరో, ఆయన పునరుత్థానము గూర్చి కూడా దైవాత్మపూర్ణులగు ప్రవక్తలు అలాగునే ప్రవసించారు. దావీదు భక్తుడు ముందుగా మెస్సీయ రాకకు సంబంధించి అనేక ప్రవచనాలు చెప్పాడు. సిలువపై చనిపోయి సమాధి చేయబడిన యేసుకు సంబంధించినదే ఈప్రవచనము.

ప్రవసించబడిన ఈవాక్యము **'నీవు నాత్మను పాతాళములో విడిచిపెట్టవు'** ప్రకారము సిలువపై మరణించగానే యేసు క్రీస్తు యొక్క ఆత్మ పాతాళమునకు పోయినట్లుగా తెలియజేయుచున్నది.

ఈవాక్యము ప్రకారము ఆదివారము ఉదయమునే సుగంధ ద్రవ్యములను తీసుకొని సమాధిచేయబడిన యేసు శరీరానికి పూయుటకు వచ్చిన మగ్దలేనే మరియకు పునరుత్థానుడైన యేసు ప్రత్యక్షమవుతాడు. ఆమె ఆయన పాదాలమీద పడబోతుంది. అప్పుడు యేసు ఆమెతో 'నేను ఇంకనూ తండ్రియొద్దకు ఎక్కిపోలేదు గనుక నన్ను ముట్టుకొనవద్దు. అయితే నాసహొదరులయొద్దకు వెళ్ళి నాతండ్రియు మీతండ్రియు నాదేవుడును మీదేవుడు నైన వానియొద్దకు ఎక్కిపోవుచున్నానని వారితో చెప్పుమని అంటాడు. (యోహను 20:17). సిలువ వేయబడి పునరుత్థానుడైన యేసు ఈమూడవ రోజు అయిన ఆదివారం వరకు ఎక్కడ ఉన్నాడన్నది పై వాక్యమే చెప్పుతుంది.

ఆయన పాతాళ లోకములో ఉన్నాడు. అయితే పాతాళ లోకానికి ఎందుకు వెళ్ళాడు అనేది ఇంకో ప్రవచనం ద్వారా తెలుసుకుందాము.

నీవు ఆరోహణమైతివి. పట్టబడిన వారిని చెరపట్టుకొని పోతివి (కీర్తన 68:18)

దావీదు రచించిన ఈ కీర్తనకూడా యేసుక్రీస్తు పునరుత్థానానికి సంబంధించిన ప్రవచనము. కీర్తనకారుడు ఈవాక్యములో రెండు విషయాలను ప్రవచనానుసారంగా వ్రాస్తున్నాడు. మొదటిది. **నీవు ఆరోహణమైతివి.** రెండోవది **ఆరోహణ సమయంలో చెరపట్టబడినవారిని చెరగా పట్టుకొని పోతివి'** అంటున్నాడు. అంశే ఏమిటి?

పైన 'నీవు నా ఆత్మను పాతాళములో విడిచిపెట్టవు' అనే లేఖనము చెప్పున్నది. ఇక్కడ **నీవు ఆరోహణమైతివి. పట్టబడిన వారిని చెరపట్టుకొని పోతివి అంటున్నాడు.**

పాతనిబంధన కాలంలో జీవించిన దేవుని భక్తులు అనగా ఆదాము మొదలుకొని యేసుక్రీస్తు సిలువపై మరణించిన సమయం వరకు చనిపోయిన మృతులుకొరకు యేసు ఆత్మ పాతాళ లోకనకు వెళ్ళాడు. వారికి సువార్త ప్రకటించాడు. సాతాను చెరలో ఉన్నవారందరిని బంధకాలలో నుండి విడిపించి విజయోత్సవమైన ఊరేగింపుగా పైనున్న పరలోకమునకు తీసుకొని ఆరోహణమై వెళ్ళాడు. గాబట్టి ఆయన ఆరోహణమైనప్పుడు విజయము పొందిన సైన్యాదిపతివలె శత్రువు చెరలో ఉన్నవారిని విడిపించి విజయోత్సవమైన ఊరేగింపుగా తీసుకొని వెళ్ళను.

హెబ్రీ యులకు వ్రాసిన పత్రిక 2:13-15 యిదే చెప్పుతుంది. ఇదిగో నేనును దేవుడు నాకిచ్చిన పిల్లలును. ఆపిల్లలు రక్తమాంసములు గలవారైనందున మరణము యొక్క బలము గలవానిని అనగా అపవాదిని మరణము ద్వారా నిర్మూలింపజేయుటకు జీవితకాలమంతయు మరణభయముచేత దాస్యమునకు లోబడినవారిని విడిపించుటకును ఆయన రక్తమాంసములలో పాలివాడాయెను.

ప్రభువు నా ప్రభువుతో సెలవిచ్చిన వాక్కు. నేను నీ శత్రువులను నీపాదములకు పీఠముగా చేయువరకు నా కుడిపార్శ్వమున కూర్చుండుము(కీర్తన 110:1)

ఇదీ దావీదు వ్రాసిన కీర్తనే. దైవాత్మ ప్రేరేపణతో దావీదు పలుకుతున్న ప్రవచనముఇది. **ప్రభువు నాప్రభువుతో సెలవిచ్చినవాక్కు** అని వాక్యము మొదలయ్యింది. ఈవాక్యములో మొదట ప్రభువు ఎవరు ?రెండవ ప్రభువు ఎవరు?

మొదటి సారిగా పేర్కొనబడిన ప్రభువు 'దేవుడైన యెహోవా'. రెండవసారిగా పలికిన **నాప్రభువు అనేమాట 'యేసుక్రీస్తు ప్రభువు'**. దేవుడైన యెహోవాయే యేసుప్రభువును 'నాప్రభువు'అని సంభోదిస్తున్నాడు. రచయిత తన కుమార్తెను డాడ్ అనిగాని డాడీఅని గాని లేకపోతే ఒక్కొక్కసారి 'అమ్మా' అని తండ్రికి సాదృశ్యంగా, తల్లికి సాదృశ్యంగా ప్రేమగా పిలుచుకుంటాడు. అది ప్రేమ పిలుపు. తన తండ్రిచిత్తాన్ని నెరవేర్చడానికి క్రీస్తు దేవుడైయుండి కూడా తన ప్రజలకోసం మానవశరీరం దాల్చి అనేక శ్రమలు అనుభవించి సిలువపై రక్తం కార్చి మరణించడంతో తన అద్వితీయ కుమారునిపై

(ప్రేమ అమితంగా పొంగి పొర్లి తన కుమారున్ని ఆరకంగా సంబోదిస్తున్నాడు.

తనకు అప్పగించిన పనిని సంపూర్ణముగా చేసి ముగించిన తన కుమారునితో, మిగతా పని నేను చేసి చూపిస్తా, 'నేను నీశత్రువులను నీపాదములకు పాదపీఠముగా చేయువరకు నాకుడిపార్శ్వమున కూర్చుండుము' అని అంటున్నాడు తండ్రియైన దేవుడు కుమారునితో. ఇది తండ్రీ కుమారుల సంభాషణ. ఈకుమారుడు భూమి మీదకు వచ్చి తండ్రియైన దేవుని మహిమ పరిచాడు. దేవుని గుణ లక్షణములన్నియు ఈమహిమ గల కుమారుడు మనుష్య కుమారునిగా వెల్లడించాడు.

మత్తయి 26:64 లో యేసు ప్రభువే తననూ గూర్చి ప్రధానయాజకులు మతపెద్దలకు మరియు యూదులకు ఈరకంగా వెల్లడి చేస్తున్నాడు. **"ఇది మొదలుకొని మనుష్య కుమారుడు సర్వశక్తుని కుడిపార్శ్వమున కూర్చుండుటయు, ఆకాశమేఘారూఢుడై వచ్చుటయు మీరు చూతురు"**

ఈమాట చెప్పిన సందర్భము ఏమిటంటే: ప్రధాన యాజకులును, మహాసభవారందరును యేసును చంపవలెనని ఆయనకు విరోధముగా అబద్ధ సాక్షము వెదకు చున్నారు. అబద్ధ సాక్ష్యులు అనేకులు వచ్చి తప్పుడు సాక్ష్యములు ఆరోపిస్తున్నారు. ప్రధాన యాజకుడు లేచి వారు చెప్పిన ఆరోపణలకు ఏమీ బదులియ్యవా? అని అడిగిన దానికి కూడా యేసు మౌనంగా ఉంటాడు. అందుకు ప్రధాన యాజకుడు ఆయనను చూసి **"నీవు దేవుని కుమారుడవైన క్రీస్తువైతే** ఆమాట మాతో చెప్పుమని జీవముగల దేవుని తోడు అని నీకు ఆనబెట్టు చున్నానని అంటాడు (మత్తయి 26:59-63). అప్పుడు పై విధముగా యేసు మాట్లాడుతాడు. మరణించి పునరుత్థానుడైన తరువాత తనకు

కలుగబోయే స్థితి ఏమిటో తాను ఏరకంగా భూమిపైకి రాబోతున్నాడో తెలియజేసే వాక్యము అది. అంత ఎందుకు? ఆయన దేవుని కుమారుడని వారికి తెలుసు గాని వారు మెస్సీగా అంగీకరించలేకపోతున్నారు.

ఆయన రెండోసారి భూమి మీదకు వచ్చి పరిపాలన చేయబోతున్నాడు. కీర్తన 110:2 వ వచనము లో ఆయన పరిపాలన గూర్చి వ్రాస్తున్నాడు. "నీపరిపాలన దండమును సీయోనులో నుండి సాగజేయుచున్నాడు. నీశత్రువులమద్యను నీవు పరిపాలన చేయుము' అంటున్నాడు. అంతవరకు యేసు దేవుని కూడిపార్శ్వమున కూర్చుని యుంటాడు. నీశత్రువుల మధ్య పరిపాలన చేయుము అను రెండవ ఆజ్ఞ ఇచ్చినప్పుడు ఆయన రెండవ రాకడ, భూమి మీద తనకుమారుని వెయ్యేళ్ల పరిపాలన మొదలవుతుంది.

అపో. కార్యములు 2:25-36 లో దావీదు యేసును గూర్చిన ప్రవచనాన్ని ఎత్తి చూపుచూ పేతురు ఈరకంగా మాట్లాడుతున్నాడు.

"నేనెల్లప్పుడు నాయెదుట ప్రభువును చూచుచున్నాను. ఆయన నాకుడి పార్శ్వమున నున్నాడు. గనుక నేను కదల్చబడను. కావున నాహృదయము ఉల్లసించెను. నానాలుక ఆనందించెను. మరియు నాశరీరము కూడా నిరీక్షణ కలిగి నిలకడగా ఉండును. నీవు నాత్మను పాతాళములో విడిచి పెట్టవు. నీపరిశుద్ధుని కుళ్ళుపట్టనీయవు. నాకు జీవమార్గములు తెలిపితివి. నీదర్శనమనుగ్రహించి నన్ను ఉల్లాసముతో నింపెదవు... క్రీస్తు పాతాళములో విడువబడలేదనియు ఆయన శరీరము కుళ్ళిపోలేదనియు దావీదు ముందుగా తెలిసుకొని ఆయనపునరుత్థానమును గూర్చి చెప్పెను.

ఈయేసును దేవుడు లేపెను. దానికి మేమందరము సాక్షులము. కాగా ఆయన దేవుని కుడి పార్శ్వమునకు హెచ్చింపబడి పరిశుద్ధాత్మను గూర్చిన వాగ్దానమును తండ్రివలన పొంది మీరు చూచుచూ వినుచున్న దీనిని కుమ్మరించియున్నాడు. దావీదు పరలోకమునకు ఎక్కిపోలేదు అయితే అతడు నేను నీశత్రువులను నీపాదముల క్రింద పాదపీఠముగా ఉంచువరకు నీవు నాకుడిపార్శ్వమున కూర్చుండుమని ప్రభువు నాప్రభువుతో చెప్పెను. మీరు సిలువ వేసిన ఈ యేసునే దేవుడు ప్రభువుగాను నియమించెను. ఇది ఇశ్రాయేలు వంశమంతయు రూఢీగా తెలుసుకోవలెనని చెప్పెను.

యేసుక్రీస్తు పునరుత్థాన ప్రత్యక్షతలు:

చనిపోయి పునరుత్థానుడైన యేసు అనేక మందికి కనిపించాడు. ఎవరికెవరికి పునరుత్థానుడైన యేసు ఎలా కనిపించాడో చూద్దాము

1. **మగ్దలేనె మరియకు:**

    ఆదివారము తెల్లవారినప్పుడు యేసు ఏడు దెయ్యములను వెళ్లగొట్టిన మగ్దలేనె మరియకు మొదటకనబడెను (మార్కు 16:9)

    మొట్టమొదట యేసును కలుసుకున్నప్పుడు ఆయన ఆమెలోనుండి ఏడు దెయ్యాలను వెడల గొట్టాడు. అప్పటినుండి ఆమె ఆయన్ను ప్రేమిస్తూ సేవిస్తూనే యుంది. ఆమె ఆయనను సిలువ వేసినప్పుడు అక్కడే నిలిచియుంది. ఆయనను సమాధి చేసిన స్థలం దగ్గర కూడా యుంది.

    సమాధి కాళీగా ఉండడం చూసి ఆమె పరుగెత్తి వెళ్లి ఆసంగతిని పేతురు యోహానులకు తెలియజేసింది. వారామెతో సమాధి

దగ్గరకు వచ్చి ఆమె చెప్పినట్టే అది కాళీగా ఉండడం చూసారు. వారైతే ఇంటికి తిరిగి వెళ్ళారుగాని ఆమె కాళీ సమాధి దగ్గరే ఉంది. అప్పుడు యేసు ఆమెకు ప్రత్యక్షమయ్యాడు.

యేసు అమ్మా, ఎందుకు ఏడ్చు చున్నావు, ఎవనిని వెదకు చున్నావు? అని ఆమెను ప్రశ్నించాడు. ఆమె ఆయనను తోటమాలి అనుకొంది. అయ్యా, నీవు ఆయనను మోసికొని పోయిన ఎడల ఆయనను అక్కడ ఉంచితివో నాతో చెప్పుము నేను ఎత్తికొని పోదునని చెప్పింది. అప్పుడు యేసు ఆమెను చూచి 'మరియా' అని పిలిచాడు. ఆమె ఆయన స్వరాన్ని ఇప్పుడు గుర్తుపట్టింది. ఆయన వైపు తిరిగి యేసును హెబ్రీ బాషలో రబ్బూనీ అని పిలిచింది. ఆమాటకు బోధకుడా అని అర్ధము. యేసు ఆమెతో నేను ఇంకనూ తండ్రియొద్దకు పోలేదు గనుక నన్ను ముట్టుకొనవద్దు. అయితే నా సహొదరుల యొద్దకు వెళ్ళి నాతండ్రియు మీతండ్రియు నాదేవుడును మీదేవుడునునైన వానియొద్దకు ఎక్కిపోవుచున్నాని చెప్పుమనెను. మగ్దలేనె మరియ వచ్చి నేను ప్రభువును చూచితిని. ఆయన నాతో ఈమాటలు చెప్పెనని శిష్యులకు తెలియజేసింది (యోహాను 20:14-18)

2. **ఎమ్మాయి గ్రామమునకు వెలుతున్న శిష్యులకు**
   (లూకా 24:13-32)

యేసు శిష్యులలో ఇద్దరు యెరుషలేమునకు ఆమడదూరములో ఉన్న ఎమ్మాయు అను గ్రామానికి వెళ్ళుతూ ఉంటారు. ఆదివారము ఉదయాన మగ్దలేనె మరియ సమాది యొద్దకు వెళ్ళిసమాదిపైయున్న రాయి తీయబడియుండడం చూచి పరుగెత్తుకొనివచ్చి సీమోను పేతరుకును మరియు యోహానుకు

చెప్పిన విషయం వారి మనస్సుల్లో ఇంకనూ కదులాడుతు ఉంది. యెరుషలేమునుండి దాదాపు ఏడుమైళ్ళు (రెండు కోసుల దూరము) ఆ ఎమ్మాయి గ్రామము. యేసు ఆ శిష్యులతో నడిచాడు.

ఆవిషయాన్నే వారు సంభాషించుచు వెలుచుండగా, యేసు వారి దగ్గరికి వచ్చి వారితో కూడా నడుస్తూ ఉంటాడు. అయితే వారాయనను గుర్తు పట్టలేకుండ వారి కన్నులు మూయబడతాయి. మూయబడ్డాయంటే కళ్ళు మూసికొని నడుస్తున్నారని కాదు. వారు ఆయన యేసు అని గాని లేఖనాలు ప్రకారము యేసు మూడవ రోజున లేస్తాడని గాని గుర్తుకు రావు. యేసు వారితో మీరు ఒకరితో ఒకరు చెప్పుకొనుచున్న ఆమాటలేమని ఏమి తెలియని వాడులా అడుతాడు. వారు ఆయన వైపు తిరిగి, పట్టణం పట్టణం అంతా ఈ సంగతి విషయమే తల్లడిల్లిపోతుంటే యెరుషలేములో బసచేస్తూయుండికూడా అక్కడ జరిగిన సంగతి నీఒక్కడికే తెలియదా? అని ఆయనను అడుగుతారు. వారిమనస్సుల్లో ఉన్న మాట ఇంకనూ తెలుసుకోవాలని ఆయన అది ఏంటని వారిని అడుగుతాడు. అప్పుడు ఆకొత్త వ్యక్తికి వారు నజరేయుడైన యేసును గూర్చి అని వారి మనస్సుల్లో ఉన్న భావాలు వ్యక్తపరుస్తారు.

'ఇంకనూ వారు ఏమంటున్నారంటే 'ఆయన దేవుని ఎదుటను ప్రజలందరి ఎదుటను క్రియలోను వాక్యములోను శక్తిగల ప్రవక్తయె యున్నాడు. అయితే ప్రధాన యాజకులును అధికారులును ఆయనను మరణశిక్షకు అప్పగించి సిలువవేయించారు. ఇశ్రాయేలును విమోచింపబోవువాడు ఈయనే అని మేమును నిరీక్షించియుంటిమి. మాఆశ కూడా నిరాశే అయ్యింది. ఆయన సిలువపై మరణించి నేటికి మూడు దినములయ్యాయి.

మాలో కొందరు స్త్రీలు తెల్లవారగానే సమాధియొద్దకు వెళ్ళి ఆయన దేహమును కానక నిరాశ చెందినప్పుడు కొందరు దేవదూతలు వారికి కనబడి ఆయన బ్రతికియున్నాడని చెప్పిరని మాతో చెప్పి మాకు విస్మయము కలుగజేసిరి. మాతో కూడా ఉన్న వారిలో కొందరూ సమాధియొద్దకు వెళ్ళి ఆస్త్రీలు చెప్పినట్లు కనుగొనిరి. గాని ఆయనను చూడలేదని చెప్పుతారు. ఈవిషయమై ఏమై యుంటాదని తాము మాట్లాడుకుంటున్నట్లు చెప్పుతారు.

అందుకాయన అవివేకులారా, ప్రవక్తలు చెప్పిన మాటలన్నిటిని నమ్మని మందమతులారా, క్రీస్తు ఈలాగు శ్రమపడి తన మహిమలో ప్రవేశించ వలసియున్నది అని మీకు తెలియదా అని వారితో చెప్పి మోషేయు సమస్త ప్రవక్తలు మొదలుకొని లేఖనములన్నిటిలో తన్ను గూర్చిన వచనముల భావము వారికి తెలియజేస్తూ యుంటాడు.

ఇంతలో వారు తాము వెళ్ళుచున్న గ్రామము దగ్గరకు వచ్చినప్పుడు ఆయన ఇంకా కొంత దూరము వెళ్ళవలసినట్లు అగపడగా వారు సాయంకాలము కావచ్చినది ప్రొద్దు గుంకినది మాతోకూడా ఉండుమని చెప్పి ఆయనను బలవంతము చేస్తారు.అందుకు ఆయన వారితో కూడా ఉండుటకు వారియింటికి వెళ్తాడు. ఆయన వారితో కూడా భోజనమునకు కూర్చున్నప్పుడు ఒక రొట్టెను పట్టుకొని స్తోత్రముచేసి దానిని విరిచి వారికి పంచిపెట్టగా వారి కన్నులు తెరవబడిగా ఆయనను యేసు అని గుర్తుపడతారు. అంతట ఆయన వారికి అదృష్టుడవుతాడు.

అప్పుడు వారు ఆయన త్రోవలో మనతో మాటలాడుచూ లేఖనములను మనకు భోధపరచుచున్నప్పుడు **మనహృదయము మనలో మండుచుండలేదా? అని** ఒకనితో ఒకడు చెప్పుకొని ఆగడియలోనే వారు లేచి యెరుషలేమునకు తిరిగి వెళ్ళి త్రోవలో జరిగిన సంగతులును ఆయన రొట్టెవిరుచుట వలన తమకేలాగు తెలియబడెనో అదియును తెలియజెసిరి. వారిలాగున మాటలాడుచుండగా ఆయన వారిమధ్యను నిలిచి మీకు సమాధానమవును గాకని వారితో అనెను.

3. **పేతురుకు** : (లూకా 24:34) ఎమ్మాయి సంఘటన అనంతర సన్నివేశము.

ఆగడియలోనే వారు లేచి యెరుషలేమునకు తిరిగి వెళ్లగా పదునొకందుగురు శిష్యులును వారితో కూడా ఉన్నవారును కూడివచ్చి ప్రభువు నిజముగా లేచి సీమోనుకు కనబడెనని చెప్పుకొనిరి. ఆయన కేఫాకును తరువాత పన్నెండుమందికి కనబడెను అని పౌలు కూడా చెప్పుచున్నాడు (1 కొరింతు 15:5)

4. **తోమా లేకుండా అపొస్తలులకు** (యోహాను 20:19-24)

వారు ఇలాగు మాటలాడుకొను చుండగా యేసు వారి మధ్య నిలిచి-- మీకు సమాధాన మవును గాక అని వారితో చెప్పెను. అయితే వారు దిగులుపడి భయక్రాంతులై భూతము తమకు కనబడెనని తలంచిరి. అప్పుడాయన మీరెందుకు కలవరపడుచున్నారు? మీహృదయములో సందేహములు పుట్టనేల? నేనే ఆయనను అనుటకు నాచేతులను నా పాదములను చూడుడి. నన్ను పట్టి చూడుడి. నాకున్నట్లుగా మీరు చూచు చున్న ఎముకలును మాంసమును భూతమునకుండవని చెప్పి తన చేతులను

పాదములును వారికి చూపెను. అయితే వారు సంతోషముచేత ఇంకనూ నమ్మక ఆశ్చర్య పడుచుండగా ఆయన మీ యొద్ద ఏమైన ఆహారము కలదా అని వారి నడిగెను. వారు కాల్చిన చేపముక్కను ఆయన కిచ్చిరి. ఆయన దానిని తీసుకొని వారి ఎదుట భుజించెను. అంతట ఆయన ధర్మ శాస్త్రములోను ప్రవక్తల గ్రంథములలోను కీర్తనలోను నన్ను గూర్చి వ్రాయబడినవన్నియు నెరవేరవలెనని నేను మీయొద్దనుండినప్పుడు మీతో చెప్పిన మాటలు నెరవేరినవని వారితో చెప్పెను.

అప్పుడు వారు లేఖనములు గ్రహించునట్లుగా ఆయన వారి మనస్సును తెరచి క్రీస్తు శ్రమపడి మూడవ దినమును మృతులలో నుండి లేచుననియు యెరుషలేము మొదలుకొని సమస్త జనములలో ఆయన పేరట మారుమనస్సును పాప క్షమాపణ ప్రకటింపబడుననియు వ్రాయబడియున్నది . ఈసంగతులకు మీరే సాక్షులు.

ఇదిగో నాతండ్రి వాగ్దానము చెసినది మీమీదకు పంపుచున్నాను. మీరు పైనుండి శక్తి పొందువరకు పట్టణములో నిలిచి యుండుడని వారితో చెప్పెను

ఆయన బెతనియ వరకు వారిని తీసుకొనిపోయి చేతులెత్తి వారిని ఆశీర్వదించెను. వారిని ఆశీర్వదించుచుండగా ఆయన వారిలోనుండి ప్రత్యేకింపబడి పరలోకమునకు ఆరోహణుడాయెను. వారు ఆయనకు నమస్కారము చేసి మహా ఆనందముతో యెరుషలేమునకు తిరిగి వెళ్లి ఎడతెగక దేవాలయములో ఉండి దేవుని స్తోత్రము చేయుచుండిరి (లూకా 24:50)

5 తోమా ఉన్నప్పుడు అపోస్తలులకు (యోహాను 20:26-31)

యేసు వచ్చినప్పుడు **పండ్రెండు మందిలో ఒకడైన దిదుమ అనబడిన తోమా వారితో లేడు.** గనుక తక్కిన శిష్యులు మేము ప్రభువును చూచితిమని అతనితో చెప్పగా అతడు నేనాయన చేతులలో మేకుల గురుతును చుచి నావ్రేలు ఆ మేకుల గురుతుల్లో పెట్టి నాచెయ్యి ఆయన ప్రక్కలో ఉంచితేనేగాని నమ్మనే నమ్మనని వారితో చెప్పెను.

ఎనిమిది దినములైన తరువాత ఆయన శిష్యులు మరలా లోపల ఉన్నప్పుడు తోమా వారితో కూడా ఉండెను. తలుపులు మూయబడియుండగా యేసు వచ్చి మధ్యను నిలిచి మీకు సమాధాన మగును గాక అనెను. తరువాత తోమాను చూచి నీ వ్రేలు ఇటు చాచి నాచేతులు చూడుము; నీచెయ్యి నా ప్రక్కలో ఉంచి ఆవిశ్వాసివి కాక విశ్వాసివై యుండుమనెను. అందుకు తోమా ఆయనతో నాప్రభువా, నాదేవా అనెను. యేసు నీవు నన్ను చూసి నమ్మితివి. చూడక నమ్మినవారు ధన్యులని అతనితో చెప్పెను.

మరియు అనేకమైన యితర సూచకక్రియలను యేసు తన శిష్యుల ఎదుట చేసెను. అవి ఈగ్రంథమందు వ్రాయబడియుండలేదుగాని యేసు దేవుని కుమారుడైన క్రీస్తు అని మీరు నమ్ముునట్లును నమ్మి ఆయన నామమందు జీవము పొందునట్లును ఇవి వ్రాయబడెను.

6. తిబేరియ సరస్సు ప్రక్కన ఏడుగురికి (యోహాను 21:1-23)

అటుతరువాత యేసు తిబేరియ సముద్ర తీరమున శిష్యులకు తన్ను ప్రత్యక్షపరచుకొనెను. ఆప్రత్యక్షపరచుకొను విధానమేదనగా, సీమోను పేతురును దిదుమ అనబడిన తోమాయు

గలిలయలోని కానా అనుడరు వాడగు నతనియేలును, జెబదయి కుమారులును ఆయన శిష్యులలో మరియిద్దరును కూడి యుంటారు. సీమోను పేతురు నేను చేపలు పట్టబోదునని వారితో చెప్పగా వారు మేమును నీతోవచ్చెదమంటారు. వారు వెళ్ళి దోనె ఎక్కిరి కాని ఆరాత్రి ఏమియు పట్టలేదు.

సూర్యోదయమగుచుండగా యేసు సముద్రపు దరిని నిలిచియుంటాడు. అయితే ఆయన యేసు అని శిష్యులు గుర్తు పట్టలేదు. యేసు పిల్లలారా, భోజనమునకు మీయొద్ధ ఏమైన ఉన్నదా? అని వారిని అడుగగా, లేదని వారాయనతో చెప్పుతారు.. అప్పుడాయన దోనె కుడిప్రక్కన వలవేయుడి మీకు దొరకునని చెప్పుతాడు. గనుక వారాలాగు చేయగా చేపలు విస్తారముగా పడినందున వల లాగలేకపోతారు. కాబట్టి యేసు ప్రేమించిన శిష్యుడు అనగా యోహాను ఆయన ప్రభువు సుమీ అని పేతురుతో చెప్పుతాడు. ఆయన ప్రభువని సీమోను పేతురు విని వస్త్రహీనుడై యున్నందున సముద్రములో దూకుతాడు. దరి యించుమించు ఇన్నూరు మూరల దూరమున్నందున తక్కిన శిష్యులు చేపలుగల వల లాగుచూ ఆచిన్నదోనెలో వచ్చిరి. వారు దిగి రాగానే అక్కడ నిప్పులును వాటిమీద ఉంచబడిన చేపలును రొట్టెయు కనబడెను. యేసు మీరిప్పుడు పట్టిన చేపలలో కొన్ని తీసుకొని రండని వారితో చెప్పగా సీమోను పేతురు దోనె ఎక్కి వలను దరికి లాగెను. అవి నూట ఏబది మూడు గొప్పచేపలతో నిండియుండెను. చేపలు అంత విస్తారముగా పడినను వల పిగలలేదు. యేసు రండి భోజనము చేయుదని వారితో అంటాడు. ఆయన ప్రభువని వారికి తెలిసినందున నీవెవడవని ఆయనను అడుగతెగింపలేదు. యేసు

వచ్చి ఆరొచ్చెను తీసుకొని వారికి పంచిపెడతాడు. అలాగే చేపలను కూడా పంచిపెడతాడు. యేసు మృతులలో నుండి లేచిన తరువాత శిష్యులకు ప్రత్యక్షమైనది యిది మూడవసారి.

వారు బోజనము చేసిన తరువాత యేసు సీమోను పేతురును చూచి యోహాను కుమారుడైన సీమోను, వీరికంటె నీవు నన్ను ఎక్కువగా ప్రేమించుచున్నావా? అనిఅడుగగా అతడు అవును ప్రభువా, నేను నిన్ను ప్రేమించుచున్నానని నీకే తెలియును ఆయనతో చెపుతాడు. యేసు నాగొర్రెపిల్లలను మేపుమని అంటాడు. మరలా ఆయన యోహాను కుమారుడవైన సీమోనూ, నన్ను ప్రేమించుచున్నావా? అని రెండవసారి అతనిని అడుగగా అతడు అవును ప్రభువా, నేను నిన్ను ప్రేమించుచున్నానని నీవే ఎరుగుదువని ఆయనతో చెపుతాడు. ఆయన నాగొర్రెలను కాయుమని చెప్పెను. మూడవసారి ఆయన యోహాను కుమారుడైన సీమోను, నన్ను ప్రేమించుచున్నావా? అని అడిగెను నన్ను ప్రేమించుచున్నావా అని అతనిని అడిగినందుకు పేతురు వ్యసనపడి ప్రభువా, సమస్తము ఎరిగిన వాడవు, నిన్ను ప్రేమించుచున్నానని నీవే ఎరుగుదువని ఆయనతో చెపుతాడు. యేసు నాగొర్రెలను మేపుము. నీవు ఎవ్వనుడవైయున్నప్పుడు నీఅంతట నీవే నడుము కట్టుకొని నీకిష్టమైన చోటికి వెలతావు. నీవు ముసలివాడవైనప్పుడు నీచేతులు నీవు చాచుదువు. వేరొకడు నీనడుము కట్టి నీకిష్టము కాని చోటికి నిన్ను మోసికొని పోవునని నీతో నిశ్చయముగా చెప్పుచున్నానని అతనితో చెపుతాడు. అతడు ఎట్టి మరణము వలన దేవుని మహిమపరచునో దానిని సూచించితూ ఆయన ఈమాట చెపుతాడు.

7. గలిలయ కొండపై 500 మందికి :. (అపో.కార్యములు 1:3-11).

శిష్యులకు ఏరీతిగా కనబరచుకున్నాడో మనము పైన చదువుకున్నాము.**యేసు పునరుత్థానముపొందిన తరువాత నలుబది దినముల వరకు** శిష్యులకు కనపడుతూనే ఉంటాడు. ఈనలబై దినములు దేవుని రాజ్యవిషయములనుగూర్చి భోదించుచూ అనేక ప్రమాణములను చూపుతూ వారికి తన్ను తాను సజీవునిగా కనుపరచుకుంటాడు. ఆయన వారిని కలిసికొని ఈలాగు ఆజ్ఞాపిస్తాడు. మీరు యెరుషలేమునుండి వెళ్ళక నావలన వినిన తండ్రియొక్క వాగ్దానము కొరకు కనిపెట్టండి. యోహాను నీళ్లతో బాప్తీస్మము ఇచ్చెను గాని కొద్ది దినములలోగా మీరు పరిశుద్ధాత్మలో బాప్తీస్మము పొందుతారంటాడు. 1కొరింతు 15:6 లో 500 మందికి పైగా మనుష్యులు పునరుత్థానుడైన యేసును చూసారు వారిలో ఎక్కువమంది ఇంకనూ జీవించియున్నారని పౌలు చెపుతున్నాడు.

ఒకరోజు తన ఆరోహన దినమందు శిష్యులు యేసుతో కూడి యున్నప్పుడు "ప్రభువా ఈకాలమందు ఇశ్రాయేలునకు రాజ్యము మరలా అనుగ్రహించెదవా?" అని ఆయనను అడుగుతారు. అందుకు యేసు కాలములను సమయములను తండ్రి తన స్వాధీనమందుంచికొనియున్నాడు. వాటిని తెలుసుకొనుట మీపనికాదు. అయినను పరిశుద్ధాత్మ మీమీదకు వచ్చినప్పుడు మీరు శక్తి నొందెదరు. గనుక మీరు యెరుషలేములోను యూదయ సమరయ దేశముల యందంతటను భూదిగంతములవరకును నాకు సాక్షులైయుందురని వారితో చెపుతాడు. ఈమాటలు చెప్పి వారు చూచుచుండగా ఆయన ఆరోహణుడవుతాడు.

అప్పుడు వారికన్నులకు కనబడకుండా ఒక మేఘము ఆయనను కొనిపోతాది. ఆయన వెళ్ళుచుండగా వారు ఆకాశమువైపు తేరి చూచుచుండిరి. ఇదిగో తెల్లని వస్త్రములు ధరించుకొనిన యిద్దరు మనుష్యులు వారియొద్ద నిలిచి గలిలయ మనుష్యులారా, మీరెందుకు నిలిచి ఆకాశమువైపు చూచుచున్నారు? **మీయొద్దనుండి పరలోకమునకు చేర్చుకొనబడిన ఈయేసే ఏ రీతిగా పరలోకమునకు వెళ్ళుట చూచితిరో ఆరీతిగానే ఆయన తిరిగి వచ్చునని** వారితో చెప్పుతారు

8. **యాకోబుకు** పునరుత్థానుడైన యేసుప్రభువు తన సహోదరుడైన యాకోబుకు కనిపించాడు (1కొరింతు 15:7)

9. **పదకొండుమంది శిష్యులకు** గలిలయ కొండమీద కనిపించాడు. వారు ఆయనను చూచి మ్రొక్కిరి గాని కొందరు సందేహించిరి(మత్తయి 28:16-20) పిమ్మట పదునొకండు శిష్యులు భోజనమునకు కూర్చున్నప్పుడు ఆయన వారికి ప్రత్యక్షమై తాని లేచిన తరువాత తన్ను చూచిన వారి మాటనమ్మనందున వారి అపనమ్మిక నిమిత్తమును హృదయ కాటిన్యము నిమిత్తము వారిని గద్దించెను (మార్కు 16:14-20).

ఆగడియలోనే వారులేచి యెరుషలేమునకు తిరిగి వెళ్ళగా పదునొకండుగురు శిష్యులను వారితో కూడా ఉన్నవారును కూడివచ్చి ప్రభువు నిజముగా లేచి సీమోనుకు కనబడెనని చెప్పుకొనుచుండిరి. వారు ఇలాగు మాటలాడుచుండగా ఆయన వారిమధ్య నిలిచి మీకు సమాధానమగునుగాక అని వారితో అనెను.(లూకా 24:33-52)

10. పౌలుకు అపొ 9:3-6 మరియు అపొ 22:17-21

ౢపౌలు అసలు పేరు సౌలు. ఇతడు కిలికియ రాష్ట్రము లోని తార్సు పట్టణములో పుట్టిన యూదుడు మరియు పరిసయ్యుడు. పరిసయ్యుడనగా యూదామతపెద్దలుకుచెందిన కుటుంబమునుంచి వచ్చినవాడు. పౌలు తన ప్రాథమిక విద్యను తార్సు పట్టనమందే అభ్యసింసి యూదామత వేద పండితుడైన గమలియేలు వద్ద యూదామత సాంప్రదాయ సిద్ధాంతాలను అత్యంత నిష్టతో నేర్చుకొని, వాటిని పాటించి దైవానుగ్రహము నందును దైవ సేవయందును నిష్ఠాగరిష్ఠుడై 'రబ్బీ' (మతబోధకుని) గా ప్రసిద్ధి గాంచాడు.

యెరుషలేము నందు దేవుని ఆజ్ఞ ప్రకారము 70 మంది పెద్దలతో మోషే ఏర్పాటు చేసిన 'సన్ హెడ్రిన్' అనే యూదా మత మహాసభకు అధిపతి ప్రధాన యాజకుడు . ఇది అత్యున్నత పాలక మండలి మరియు న్యాయస్తానము. ఈ సభయే యేసుక్రీస్తుని దేవ దూషకుడు అని నిందను మోపి సిలువ మరణమునకు అప్పగించినది. ఈ సభయే క్రీస్తు మరనాంతరము క్రైస్తవులను హించించినది. యూదామతపెద్దలు ద్వేషించునట్లు పౌలు కూడా క్రైస్తవ్యాన్ని బహుగా ద్వేషించినవాడు. ఈ మహాసభ యేసుక్రీస్తు శిష్యులలో ఒకడైన స్తెఫనుపై నేరము మోపి దేవదూషకుడని అబద్ధ సాక్ష్యమును ప్రజలచే చెప్పించి మరణమునకు అప్పగించిన మహాసభ తీర్మానమును అంగీకరించినవాడు.

స్తెఫనును రాళ్లతో కొట్టి చంపుతుండగా దగ్గరుండి వీక్షించిన వాడు మరియు నాయకత్వము వహించినవాడు. ఆ కాలమందు యెరుషలేములో క్రైస్తవ సంఘము స్థాపించబడి దినదినము

అభివృద్ధి చెందుతుండగా ప్రధానయాజకులు మతపెద్దలు వలన అనుమతి పొంది సంఘానికి గొప్ప హింస కలిగించినవాడు. అపొస్తలులు తప్ప మిగతా క్రైస్తవ విశ్వాసులు సమరయ మరయు ఇతర దేశములకు పారిపోగా వారందరిని బంధించి తెచ్చి క్రైస్తవ మతాన్ని కూకటివేళ్లతో తుదముట్టించడానికి మతపెద్దలు వద్ద అనుమతి తీసుకొని ఇంటింట జొచ్చి పురుషులను స్త్రీలను ఈడ్చుకొనిపోయి చెరశాలలలో వేయించినవాడు.

అటువంటివాడు ఒకరోజు యెరుషలేముకు దాదాపు 200 మైళ్ళు దూరము గల దమస్కు పట్టణానికి క్రైస్తవులను హించించి బంధించి యెరుషలేముకు చెరగా తీసుకొని వచ్చుటకు పౌలు బయలు దేరతాడు. మార్గమధ్యములో అకస్మాత్తుగా ఆకాశమునుండి యొక వెలుగు అతనిచుట్టు ప్రకాశించగా అతడు గుర్రము మీద నుండి నేలమీద పడతాడు.ఆకాశమునుండి వచ్చిన వెలుగుకు కళ్లు పోయి చూడలేకపోతాడు. ఆపడియున్నపౌలు "సౌలా సౌలా, నీవేల నన్ను హించించుచున్నావు అనే స్వరమువింటాడు. 'ప్రభువా నీవెవ్వడవు' అని పౌలు అడుతాడు. అందుకు ఆయన 'నీవు హింసించుచున్న యేసును". లేచి ధమస్కు పట్టణములోకి వెళ్లు. అక్కడ నీవు ఏమి చెయ్యవలెనో అది నీకు తెలుపబడును " అని యేసు చెపుతాడు. పౌలు నేలమీద నుండి లేచి కన్నులు తెరచినను ఏమియు చూడలేక పోతాడు గనుక అతనితో కలసి ప్రయాణమైనవారు అతని చెయ్య పట్టుకొని దమస్కు లోనికి నడిపిస్తారు.

దమస్కు లోని అననీయ అను ఒక శిష్యునకు యేసు కనిపించి వెళ్లి పౌలును స్వస్తపరచమని చెప్పగా అందుకు అననీయ "ప్రభువా,

ఈమనుష్యుడు యెరుషలేములో నున్న నీ పరిశుద్ధులకు ఎంతో కీడుచేసియున్నాడని అతనిగూర్చి అనేకుల వలన వినియుంటిని.ఇక్కడ నీ నామమునుబట్టి ప్రార్థన చేయువారినందరైని బంధించుటకు అతడు ప్రధాన యాజకులవలన అధికారము పొందియున్నాడని చెప్పుతాడు. అందుకు యేసు ప్రభువు "**నీవు వెళ్ళుము, అన్యజనుల ఎదుటను, రాజుల ఎదుటను, ఇశ్రాయేలీయుల ఎదుటను నా నామమును భరించుటకు ఇతడు నేను ఏర్పరచుకొనిన సాధనమై యున్నాడు. ఇతడు నా నామము కొరకు ఎన్ని శ్రమలు అనుభవింపవలెనో నేను అతనికి నేను చూపుదునని"**చెప్పగా అననీయ పొలు బస చేసిన ఇంటికి వెళ్ళి అతని మీద చేతులుంచి పౌలా, సహోదరుడా, నీవు వచ్చిన మార్గములో నీకు కనపడిన ప్రభువైన యేసు నీవు దృష్టిపొంది పరిశుద్ధాత్మతో నింపబడునట్లు నన్ను పంపియున్నాడని చెప్పి అతని కొరకు ప్రార్థింపగా అప్పుడే అతని కనుల నుండి పొరలవంటివి రాలి దృష్టి కలిగి స్వస్థపరచబడతాడు. తదుపరి బాప్తీస్మము పొంది సమాజమందిరములలో యేసే దేవుని కుమారుడైన క్రీస్తే మెస్సీయ అని ఆయనను గూర్చి ప్రకటించడం మొదలు పెడతాడు.

దేవాలయములో పౌలుకు : అంతట నేను యెరుషలేమునకు తిరిగి వచ్చి దేవాలయములో ప్రార్థన చేయుచుండగా పరవశుడనై ప్రభువును చూచితిని.. అప్పుడాయన నీవు త్వరపడి యెరుషలేము విడచి శీఘ్రముగా వెళ్ళుము. నన్ను గూర్చి నీవిచ్చు సాక్ష్యము వారంగీకరింపరని నాతో చెప్పెను. అందుకు ప్రభువా, ప్రతీ సమాజ

మందిరములోను నీయందు విశ్వసముంచు వారిని నేను చెరసాలలో వేయుచు కొట్టుచూ నుంటినని వారికి బాగుగా తెలియును మరియు నీసాక్షినైన స్తెఫను రక్తము చిందింపబడినప్పుడు నేను కూడా దగ్గర నిలచి అందుకు సమ్మతించి అతని చంపిన వారి వస్త్రములకు కావలి యుంటినని చెప్పితిని. అందుకు ఆయన వెళ్లుము. నేను దూరముగా అన్యజనులయొద్దకు నిన్ను పంపుదునని నాతో చెప్పెను. (అపొ 22:17-21)

మరియొక సమయంలో ప్రభువు అతని యొద్ద నిలుచుండి ధైర్యముగా ఉండుము. యెరుషలేములో నన్ను గూర్చి నీవెలా గు సాక్ష్యమిచ్చితివో అలాగున రోమాలో కూడా సాక్ష్యమియ్యవలసి యున్న దనేను.(అపొ. 23:10).

ఈనేపథ్యంలో పౌలు అనేక ప్రాంతములు దేశములు తిరిగి అనేక శ్రమలు అనుభవించి యేసు కీస్తు సువార్తను ప్రకటించి సంఘాలను స్థాపించాడు..

ఆ సంఘాలను బలపరుస్తూ వ్రాసిన పత్రికలే - రోమీయులకు, కొరింతీయులకు, గలతీయులకు, ఎపేస్సీయులకు,, పిలిప్పీయులకు, తెస్సలోనీయులకు, తిమోతీకు, ఫిలేమోనుకు, తీతు కు మరియు హెబ్రీయులకు వ్రాసిన పత్రికలు.ఈ పత్రికలలో ఒక వ్యక్తి దేవునికి ఆమోదయోగ్యుడు ఎలా కాగలడు? క్రీస్తు అనుసరులు ఎలా జీవించాలి? తొలితరం క్రైస్తవులు ఎదుర్కొనిన సవాళ్ళు, పరిశుద్ధాత్మ అనుగ్రహించే వరాలను చక్కగా వివరిస్తాడు. అంతేగాదు దేవుడు యేసుక్రీస్తుద్వారా మరణాన్ని ఓడించిన విధానము, మృతుల పునరుత్థానం,నూతనజీవం, యేసును

విశ్వసించినవారు పొందే ఆత్మ సంభంధమైన శరీరం, అంధకారశక్తులను ఎదురించడానికి దేవుడిచ్చే ఆత్మ సంభంధమైన 'సర్వాంగకవచము', యేసుక్రీస్తు రెండవ రాకడ; క్రీస్తు రెండవసారి తిరిగి వచ్చినప్పుడు జరగబోయే సంఘటనలు, క్రైస్తవ విశ్వాస మూలసూత్రాలకు సంబంధించిన అనేక ప్రశ్నలకు జవాబులు మరియు సర్వలోకానికి యేసు అవసరతను చాటిచెప్పే ఉపదేశాలు అనేకం ఈపత్రికలలో కనిపిస్తాయి.

11. **ఆరోహణ సమయంలో:** ఆయన శ్రమపడిన తరువాత నలుబది దినములవరకు వారికగుపడుచు దేవుని రాజ్యవిషయములను గూర్చి భోదించుచూ అనేక ప్రమాణములను చూపి వారికి తన్ను తాను సజీవునిగా కనబరచుకొనెను. ఆయన వారిని కలుసుకొని ఈలాగు ఆజ్ఞాపించెను. మీరు యెరుషలేము నుండి వెళ్ళక, నావలన వినిన తండ్రియొక్క వాగ్దానము కొరకు కనిపెట్టుడి. యోహాను నీళ్ళతో బాప్తిస్మమిచ్చెను గాని కొద్ది దినములలో గా మీరు పరిశుద్ధాత్మ లో బాప్తిస్మము నొందెద రనెను. కాబట్టి వారు కూడివచ్చినప్పుడు ప్రభువా, ఈకాలమందు ఇశ్రాయేలునకు రాజ్యమును మరలా ఇచ్చెదవా? అని అడుగగా ఆయన కాలములను సమయములను తండ్రి తన స్వాధీనమందుంచుకొనియున్నాడు. వాటిని తెలుసుకొనుట మీపనికాదు. అయినను పరిశుద్ధాత్మ మీమీదకు వచ్చినప్పుడు మీరు శక్తి నొందెదరు. గనుక మీరు యెరుషలేములోను యూదయలోను సమరయ దేశముల యందంతటను భూది గంతములవరకును నాకు సాక్షులై యుండెదరు అని వారితో చెప్పెను ఈమాటలు చెప్పి వారు చూచు చుండగా ఆయన

ఆరోహణమాయెను. అప్పుడు వారి కన్నులకు కనబడకుండా ఒక మేఘము వచ్చి ఆయనను కొనిపోయెను. (అపో 1:3-12)

12. స్తెఫనుకు (అపో 7: 2నుండి)

పెంతెకొస్తు దినమున పేతురు నాయకత్వములో సంఘము స్థాపించబడిన తరువాత దేవుని వాక్యము ప్రభలమై శిష్యుల సంఖ్య యెరుషలేములో బహుగా విస్తరిస్తున్న రోజులవి.యాజకులలో కూడా అనేకమంది పునరుత్థానుడైన యేసును అంగీకరిస్తున్నారు. ఆసమయములో స్తెఫను దేవుని కృపతోను బలముతోను నిండినవాడై ప్రజలమధ్య మహాత్కార్యములను గొప్ప సూచక క్రియలను చేస్తున్నాడు. ఈసూచకక్రియలను గూర్చి విన్న యూదులు కొందరు వచ్చి స్తెఫనుతో తర్కించుతారు. అతడు అగపరచిన జ్ఞానమును, అతనిని ప్రేరేపించిన ఆత్మను వారు ఎదురింపలేకపోతారు. అప్పుడు వారు వీడు మోషే మీదను దేవుని మీదను దూషణ వాక్యములు పలుకగా మేము వింటిమి అని చెప్పుటకు మనుష్యులను కుదురుర్కొని ప్రజలను పెద్దలను శాస్త్రులను రేపి అతని మీదకు వచ్చి అతనిని పట్టుకొని మహ సభ యొద్దకు తీసుకొని పోయి అబద్ధపు సాక్ష్యులను నిలువబెట్టి వీడు ఈపరిశుద్ధ స్థలమునకును మన ధర్మ శాస్త్రమునకును విరోధముగా మాటలాడుతున్నాడని, నజరేయుడైన యేసు ఈ చోటును పాడుచేసి, మోషే మనకిచ్చిన ఆచారములను మార్చుతాడని చెప్పుచున్నాడని పెద్దల అందరిముందు చెప్పుతారు.

అప్పుడు పెద్దలు సభలో కూర్చున్న వారి సమక్షములో ఈమాటలు నిజమేనా అని అడుగగా, స్తెఫన్ వారికి ఐగుప్తునుండి ఇశ్రాయేలీయులను మోషే నడిపించి కానాను తీసుకువచ్చిన

విధానము మొదలుకొని యేసుక్రీస్తును హత్య చేసే వరకు యూదామతపెద్దలు చేసే అరాచకాలను ఎండగడతాడు.

ఈ మాటలు విన్న మతపెద్దలు కోపముతో మండిపడతారు. ఆసమయంలో అంతదైర్యంగా తనను గూర్చి సాక్షమిచ్చినందుకు యేసు స్తెపనుకు ప్రత్యక్షమవుతాడు. (అపో.కార్యములు 7:55-59) అప్పుడు స్తెపను పరిశుద్ధాత్మతో నిండుకొనినవాడై ఆకాశము వైపు తెరిచూచి, యేసుప్రభువు దేవుని కుడి పార్శ్వమందు నిలిచియుండుటయు చూసి "ఆకాశము తెరువబడుటయు, మనుష్య కుమారుడు దేవుని కుడిపార్శ్వమందు నిలిచియుండుటయు చూచు చున్నానని" చెపుతాడు. ఈమాటకు యూదులు మరింత రెచ్చిపోయి రాళ్లతో కొట్టి చంపుతారు.

13. **పత్మాసులో యోహానుకు** : ఈయోహాను యేసుప్రభువు శిష్యులలో ముఖ్యమైన వాడు. యేసు అమితంగా ఇష్టపడిన శిష్యుడు. సిలువపైయుండగా తనతల్లిని ఈయోహానుకే అప్పజెప్పుతాడు. యేసు మిగతా శిష్యులందరూ ఆయన సువార్త ప్రకటిస్తూ హత సాక్షులవుతారు. యేసుక్రీస్తు సువార్తను ప్రకటిస్తున్న ఈయోహానును కూడా చంపడానికి అనేక విధాలుగా ప్రయత్నిస్తారు. గాని చంపలేకపోతారు. చివరికి ఈయనను పత్మాసు దీవిలో బందిస్తారు. పత్మాసు దీవిలో నుండగానే ఈయోహాను(ప్రకటన 1:10-19) ప్రభువును చూస్తాడు. ఆత్మవశుడై బూర ధ్వనివంటి గొప్ప స్వరము వింటాడు. అప్పుడు యేసు ప్రభువు ప్రత్యక్షమై తాను కలుగజేయు ప్రత్యక్షతలను పుస్తకములో వ్రాసి ఎఫేసు, స్మూర్న, పెర్గేము, తుయతైర, సార్దీస్, ఫిలదెల్ఫియ, లవొదికయ అను ఏడు సంఘములకు పంపుమని చెప్పోడు.

అన్యుడైన రచయితకు యేసు ప్రత్యక్షత - పిలుపు సాక్ష్యము

నిన్ను ఒకసారి నమ్మినందుకు బాగా బుద్ధి చెప్పావు.చావనైనా చస్తాను గాని ఇక జీవితంలో నిన్ను(యేసును) నమ్మను

"ఆ బోధకుడు మాటలు నమ్మాను. విశ్వాసంతో నిన్ను ప్రార్థిస్తే నీవు అడిగిన దిస్తావు అని విశ్వసించాను. మామములుగ విశ్వసించడమే గాదు తొమ్మిది నెలలుగా నాకున్న సర్వ వ్యసనాలు వదలి ఎక్కాగ్రతతో నిన్నే ప్రార్థిస్తూ సంపూర్ణ విశ్వాసముతో నీయందు జీవించాను. నేను విశ్వాసంతో చేసిన ప్రార్థన ఏమై పోయింది.నాప్రార్థనలన్నీ ఏమైనాయి? నీవు నాప్రార్థన ఆలకించలేదా, అసలు నీవు (యేసు) ఉంటే గదా నా ప్రార్థన ఆలకించడానికి. నిన్ను నమ్మి ఆశించిన దానికి నాకు సరిగ్గా బుద్ధి చెప్పావు. చావనైనా చస్తాను గాని ఇక జీవితములో ఎప్పటికీ నిన్ను నమ్మను. నీ దగ్గరకు రాను".ఇక జీవితంలో ఇటువంటి తప్పుడు బోధలు వినగూడదు. చేసిన తప్పుకు లెంపలు వేసుకుంటున్నాను. ఇదండీ, యేసుక్రీస్తు చిత్ర పటాన్ని ముందు పెట్టుకొని ఆయన్నే తిడుతున్నట్లు భావిస్తూ మనసుకు వచ్చినట్లు దూషిస్తూ మనసులో ఉన్న భాదను వెళ్లగక్కుకునే సంఘటన. ఇది తన ముప్పై ఇదవఏట యేసుక్రీస్తును దూషిస్తూ ఆయనకు వ్యతిరేకంగా రచయిత తీర్మానించుకున్న నిర్ణయం. ఇంతకీ ఈరచయితను ప్రభావితం చేసిన ఆబోధకుడు ఎవరు? ఎందుకీ తీవ్రమైన నిర్ణయం?

యేసును అంతగా ఎరుగని రచయితను ప్రభావితంచేసిన ఆబోధకుడు ఎవరోగాదు దేశ విదేశాలలో గొప్ప పేరు ప్రఖ్యాతులున్న ఆ గొప్ప సువార్తీకుడు ప్రభువునందు నిద్రించిన సహోదరుడు. డిజియస్ దిననకరన్ గారు. విశ్వాసంతో యేసును ప్రార్థించిన ఎడల నీవు

అడిగినది పొందుకుంటావు అనే ఆయన ఉపన్యాసాలు/భోదలు, అసంఖ్యాకంగా ఆయన సభలకు వస్తున్న ప్రజలు, స్వస్థ పడుతున్న వ్యాధిగ్రస్తులు మరియు వారి సాక్ష్యాలు రచయితను బాగా ఆకట్టుకున్నాయి. అప్పటికే నాస్తికత్వంలో నశించిపోయియున్న రచయిత ఒకసారి యేసును నమ్మిచూద్దాము విశ్వాసంతో ఒక మగబిడ్డ కావాలని ప్రార్థించి చూద్దాము అని ఒకనిర్ణయానికి రావడం జరిగింది. అవును నాభార్య మొదటినుండి క్రైస్తవరాలు. ఉద్యోగరీత్య వేరే వేరే రాష్ట్రాలలో పనిచేస్తుండడం వలన ఆమె సంతోషంకోసం సంవత్సరానికి ఒకటో రెండు సార్లో మాత్రమే దగ్గర్లో ఉన్న చర్చిలకు తీసుకెళ్ళడం జరిగేది. అప్పటికే ఇద్దరు ఆడబిడ్డలు కలిగియున్నాము. మగబిడ్డ కావాలనే ఆశకూడా మనసులో లేదు. అయితే ఆసమయానికి మద్రాసులో ఉండడం వలన నా భార్య కోరిక మెరకు ఆయన మీటింగులకు వెళ్ళడం జరిగి ఆయన భోధలకు ఆకర్షణ కావలసి వచ్చింది. అంతమాత్రమేగాదు. అదిమొదలుకొని సర్వ వ్యసనాలు వదలుకొని యేసుక్రీస్తునందు విస్తారమైన భక్తితో జీవించడంమొదలయ్యింది. మగబిడ్డకావాలని ఆశించిన ప్రకారం తన భార్య గర్భం ధరించడం జరిగింది. వైద్య పరీక్షలో డాక్టరమ్మ నీకు కవల పిల్లలు కలుగబోతున్నారని చెప్పింది. చాలా సంతోషం వేసింది. అయితే అదేసమయంలో తలలు అతుకుని పుట్టిన కవలలు వార్తలు పేపర్లో రావడంవలన తల్లీ పిల్లలు క్షేమంగా యుండాలనే కోరుకున్నాను గాని వారు ఆడపిల్లలైనా పర్వాలేదు మగపిల్లలైనా పర్వాలేదు అని నిశ్చయించుకోవడం జరిగింది. అనుకున్న ప్రకారం ఆరోగ్యమైన ఇద్దరు ఆడబిడ్డలు (కవలలు) సెప్టెంబరు తొమ్మిది, 1997 తేదీనా జన్మించారు.ఆడబిడ్డలు కలిగినందుకు ఏమీ ఆందోళన కలుగలేదు. కవలలు జన్మించడం చాలా సంతోషంగా భావించడం

జరిగింది.ఇంతవరకు బాగానేయుంది. మూడు/నాలుగు రోజులు బాగానే గడిచిపోయాయి.

ఒకరోజు ఉదయాన ఎందుకోగాని మదిలో ఆభోధకుడు ప్రసంగం మదిలోకి వచ్చింది. వెంటనే హృదయం దహించడం మొదలైంది. అది మధ్యాహ్నానికల్లా విస్ఫోటనంలా హృదయాన్నికలత పరిచింది. ఆభోధ ప్రభావం ఆలోచనలు ఎక్కువైపోయాయి. తట్టుకోవడం కష్టమైపోయింది. భార్య కవల పిల్లలు ఇంకా హాస్పటల్ లోనేయున్నారు. పెద్దపిల్లలిద్దరు స్కూల్ కి వెళ్లారు. ఒకహాఫ్ బాటిల్ విస్కీ తెచ్చుకుని ఇంటిలో ఒక్కడనే కూర్చుని మందు త్రాగుతుండగా యేసుక్రీస్తు చిత్ర పటము ఎదురుగా కనిపించింది. అంతే, హృదయం బద్దలయ్యింది. పైన పేర్కొన బడిన మాటలతో బాటు ఇంకా అనరాని మాటలతో యేసు ప్రభువును దూషించడం జరిగింది.

"నీవు తిరిగి తిరిగి నాదగ్గరకే వస్తావు. నన్ను గట్టిగా పట్టుకుంటావు" యేసు ప్రభువు ప్రత్యక్షత:

యేసు ప్రభువును దూషించి పది లేక పదిహేను రోజులవుతుంది. ఆయనను దూషించిన సంగతినే మర్చిపోయాడు. ఒక రోజు గాఢమైన నిద్ర. "అది రచయిత స్వగ్రామము. యేసు ప్రభువును నమ్ముకునే బంధువుల ఇల్లు. ఒక గది ఆ గది ప్రక్కన ఒసారా లెక పంచాతి అనబడే ఒక హాలు. ఆఇంటిని ఆనుకుని ఒక నిర్జీవప్రదేశం. ఆగ్రామములో చర్చి నిర్మాణం కాకముందు ప్రతీ ఆదివారం అక్కడ ప్రార్థనలు జరుగు తుండేవి. రచయిత ఏదో పోగొట్టుకున్న వాడిలా బహు తృష్ణ తో ఆఇంటి బయట అటు ఇటూ తెగ వెదికేసుకుంటున్నాడు. సడన్ గా కరెంటుపోయింది. చాలా అంధకారము. గాని ఆఇంటి రూమ్ అంతా

వెలుగుతో నిండి పోయింది. ఒక్క ఉదుటున పరుగెత్తికెళ్లి తలుపుకు అడ్డంగా నుంచొని గదిలోకి తొంగి చూసాడు. అందులో వెలుగు ఆకారంలో ఉన్న బలమైన మనిషి ఉన్నాడు. అతను పైనుంచి అరికాలు వరకు వెలుగు. వెలుగుతో తెల్లగా మెరిసి పోతున్నాడు. కాళ్లు ఇత్తడిలా తెల్లగా మెరిసిపోతున్నాయి. నేను అక్కడ వెతుక్కుంటుంటే నీవు ఇక్కడ ఉన్నావా? బయటకు రా, నీ సంగతి చెప్తా అంటున్నాడు రచయిత. గాని అతను బయటకు రావడానికి తటపటాయిస్తున్నాడు. తన నుంచి తప్పించుకోవాలన్నట్టు ఆవెలుగు మనిషి ప్రయత్నం. తను గుమ్మంకి అడ్డంగా నిలిచి అడ్డంగా అటుఇటు చేతులు గుమ్మానికి అడ్డుగాపెట్టి నీవు నానుంచి ఎలాతప్పించుకుంటావో చూస్తాను బయటకు రా అని అరుస్తున్నాడు. వీడు నన్ను వదిలేలాగు లేడు అని అతను బయటకు వెళ్లేందుకు గుమ్మందగ్గరికి వచ్చేసాడు. ఇప్పుడెక్కడికి పోతావు అంటూ అతనిని తన కౌగిటిలో అతను విడిపించుకోలేనంతగా బంధించేసాడు. అంతే, గాడనిద్ర వీడిపోయింది.

ప్రతీరోజూ ఆకల బలంగా తన మనసులో మెదులు తోంది. ఆకల ఎందుకు వచ్చిందో దాని భావమేంటో మొదట్లో అర్థం కాలేదు. పట్టించుకోనూ లేదు.గాని రోజు రోజుకు మనసులోకి వస్తున్న ఆకల ఆలోసింపజేస్తుంది. ఆకల భావం మెల్లిగా అర్థం అవడం మొదలయ్యింది. గుర్తొచ్చింది. ఆరోజు నేను యేసును దూషించాను. ఆరోజు యేసు చిత్రపటం ఎదురుగా నామనస్సులో బాధ చల్లారడంకోసం ఎవేవో మాటలు అని ఆయనను దూషించాను. గాని ఆయన నామాటలు వినినట్లున్నాడు. ఆవ్యక్తి ఎవరో గాదు ఏసుక్రీస్తని రచయితకు అర్ధమైపోయింది. ఆకల భావం గ్రహించిన తనకు ఇంకా వ్యతిరేకత వ్యక్తమయ్యుంది. కారణం ఆకల భావం తను తిరిగి తిరిగి వచ్చి

ఆయనే గట్టిగా పట్టుకుంటావని గ్రహించడం. గాని నేను పట్టుకోను. చావనైనా చస్తాను గాని ఆయన దగ్గరకు వెళ్లను. నేను నమ్మను. ఆయన నాదగ్గరకు రాకుండా ఉండేందుకు మరియు నేను ఆయన దగ్గరకు ఇక వెళ్ళకుండా ఉండేందుకు తగిన ప్రణాళిక సిద్ధ చేసుకున్నాడు. తదనుకూలంగా ఆయనకు దూరంగా 15 సంవత్సరాలు పాటు జీవించాడు. జీవితాన్ని మరలా శూన్యం ఆవరించింది

ఇప్పుడు సంపూర్ణంగా బైబిల్ తెలుసుకున్న వ్యక్తిగా ఆవెలుగు యేసుక్రీస్తు తప్ప మరెవరో కాదు అని గుర్తించుట. యోహాను సువార్త ఆవిషయాన్నే తెలియజేస్తుంది.

1. ఆయనలో జీవముండెను. ఆజీవము మనుష్యులకు వెలుగై యుండెను. ఆవెలుగు చీకటిలో ప్రకాశించు చున్నది గాని చీకటి దానిని గ్రహింపకుండెను.(యోహాను 1:4,5)

2. దేవుని యొద్ద నుండి పంపబడిన ఒక మనుష్యుడుండెను.అతనిపేరు యోహాను. అతని మూలంగా అందరు విశ్వసించునట్లు అతడు ఆవెలుగును గూర్చి సాక్షిగా వచ్చెను. నిజమైన వెలుగు ఉండెను. అది లోకములోనికి వచ్చుచూ ప్రతీ మనుష్యుని వెలిగించు చున్నది. (యోహాను 1:6-9).

3. ఆయన (వెలుగు) తన స్వకీయుల (యూదులు) యొద్దకు వచ్చెను. ఆయన స్వకీయులు ఆయనను అంగీకరించలేదు. అయితే ఆయనను ఎందరంగీకరించిరో (అన్యులు అనగా యూదులు కాని వారందరు) వారికందరికి అనగా తన (యేసు) నామమందు విశ్వాసముంచిన వారికందరికీ దేవుని పిల్లలగుటకు ఆయన అధికారము అనుగ్రహించెను. వారు మనుష్య రక్తము వలన గాని,

మనుషేచ్చలైన వలనగాని పుట్టినవారు కాదు గాని వారు దేవుని వలన పుట్టినవారు.(యోహాను 1:11-13).

4. నేను లోకమునకు వెలుగును. నన్ను వెంబడించువాడు చీకటిలో నడువక జీవపు వెలుగు కలిగి యుండును (యోహాను 8:12)

5. ఒకడు పగటి వేళ నడిచిన ఎడల ఈ లోకపు వెలుగును చూచును. గనుక తొట్రు పడడు. అయితే రాత్రివేళ ఒకడు నడిచిన ఎడల వానియందు వెలుగులేదు గనుక వాడు తొట్రు పడును" (యోహాను 11:9,10).

ఇవండీ యేసే 'వెలుగు' అని చెప్పడానికి బైబిలులో పేర్కొనబడిన లేఖనాలు. గాని ఆరోజు బైబిలు పరిజ్ఞానము అసలే లేని రచయితకు ఆస్పప్నంలో కనిపించిన వెలుగు యేసుక్రీస్తేనని, తిరిగి తిరిగి వచ్చి నన్నే గట్టిగా పట్టుకుంటావు అని సందేశం నెరవేరడానికి కొంతకాలం పడతాదని గ్రహించడానికి చాలా సమయంపట్టింది.

కాలం పరిపూర్ణమైనప్పుడు - దేవుని పిలుపు:

వరదబాదితులను రక్షించడానికి ఉపయోగించే గుండ్రంగా ఉన్నటువంటి ఫైబర్ పడవఒక వరదప్రవాహంలో కొట్టుకు పోతుంది. అందులో తన భార్య పిల్లలు ఉన్నారు. అది ఒడ్డుకు సమీపములో ఉన్నప్పుడు పట్టుకునేందుకు రచయిత ప్రయత్నించాడు గాని అది అందలేదు. అతి శీఘ్రంగా ఆపడవ వరద ప్రవాహంలో చిక్కుకుంది. భార్యపిల్లలు ఆప్రవాహంలో కొట్టుకు పోతున్నారు. వారిని రక్షించలేకపోతున్నందుకు మరియు వారు తనకు దూరమైపోతున్నందుకు గుండెలు అవిసి పోయేలాగ ఏడ్చేస్తున్నాడు.

అంతే ఉలిక్కిపడి స్పృహలోకి వచ్చేసాడు. దాని భావం కూడా చక్కగా అర్థమైపోయింది. పరిణామం కూడాఆలోసిస్తున్నాను. తన భార్యబిడ్డల కోసమైనా యేసు క్రీస్తుకు చేరువవ్వాలనుకున్నాడు. బైబిలు చదవడం మొదలు పెట్టాడు. గతంలో అనేకసార్లు బైబిలు చదవడానికి ప్రయత్నించాడుగాని బైబిలు చదివినప్పుడల్లా చిరాకు వచ్చి చదవలేకపోయేవాడు. ఇప్పుడు బైబిలు చదువుతుంటే ఎవరో వాక్యం ద్వారా తనతో మాట్లాడుతున్నట్లు ఉంది. అర్థమవుతుంది. బైబిలు చదువుతుంటే లేవబుద్ధి కావడంలేదు.

బైబిలులో అర్థం కాని అంశాలు గూర్చి గంటలు తరబడి ఆలోసిస్తూ యుండే వాడు. పాతనిబంధన గ్రంథములో యెహోవా దేవుడు, క్రొత్త నిబందన గ్రంథములో యేసుక్రీస్తు. మళ్ళీ ఈయెహోవా దేవుడెవరు? పరిశుద్ధాత్మ దేవుడెవరు? ఈ ఏసుక్రీస్తెంటి? మోషే ఇశ్రాయేలీయులను అరణ్యములో నడిపించు విధానములో యెహోవా దేవుని ప్రత్యక్షతలు మీద అనేక సందేహాలు. వీటన్నిటిపై ప్రార్థనలో గంటలు తరబడి ఆలోచనలు. .ఈప్రశ్నలు ఆలోసిస్తూ ఆలోసిస్తూ పడుకుంటే కలలద్వారా ప్రత్యక్షతల ద్వారా సందేహాలు పటాపంచలై సమాధానాలు వస్తుంటే ఎదో ఒక క్రొత్త రకమైన అనుభూతి ఎవరో తనతో మాట్లాడుతున్నారు. తన హృదయాలోచనలు గ్రహిస్తున్నారు. వాటికి సమాధానాలు ఇస్తున్నారు. ఆశ్చర్యం. ఇక తన సందేహాలకు సమాధానాలు, శోదనలకు ముందు ఆయన చూపించే స్వప్న సాదృశ్యాలు మరియు నెరవేర్పులు చూస్తుంటే దేవుడు తన తోనే మాట్లాడుతున్నాడు అన్నంత పరవశం.

2010 నాటికి రచయిత వయస్సు 50 సంవత్సరాలు వచ్చేసాయి. అప్పటికే యేసు ప్రభువుతో సహవాసం ఏర్పడిన ఈనేపథ్యంలో

మనస్సులో ఎందుకో ఇంతకాలం ఈదేవుడుని మిస్ అయ్య ఒంటరిగా బ్రతికానే; ఇంకా ఈదేవుడుకు చాలా సన్నిహితంగా తెలుసుకావాలి అన్న బలమైన కోరిక కలిగింది. అర్ధరాత్రి 2 గంటలలకు లేవడంమొదలు పెట్టాడు. గంటసేపు బైబిలు చదవడం. చదివిన వాటిపై మనసుపెట్టి వాటి సమాధానంకోసం గంటల కొద్ది ధ్యానించడం, ధ్యానించిన వాటికి సమాధానాలు వెదకడం; కొన్ని కలద్వారా మరికొన్ని ప్రేరేపణద్వారా సమాధానలు తన మనస్సులోకే వచ్చేయడం ఇలా ఉదయం ఆరు ఏడు గంటలు అయిపోతూడండడం. ఆశ్చర్యం. అంతేకాదు కొన్ని కొన్ని జరగబోయే సంగటనలు ముందే చూపించడం, అవి తరువాత జరగడంఇవన్నీ దేవుడు ముందే తెలియజెస్తున్నట్లుగా మనో నేత్రం వెలిగించబడడం, ఇంకేముంది. దేవుడుని రచయిత గట్టిగా పట్టేసుకున్నాడు. ఆయన చెప్పే స్వప్నం నెరవేరిపోయింది.

ఇప్పుడు రచయిత జీవితమంతా ఆయనే. ప్రతీక్షణం ఆయన ఆలోచనే. ఆయనతో కలిసి నడవడానికి చాలా పద్ధతులు మార్చేసుకున్నాను. ఆయనను ఎంతగట్టిగా పట్టుకున్నానో అన్నిశోధనలు. అవన్నీ జయిస్తూ ముందుకు సాగిపోతున్నాడు. ఒకానొక సందర్భంలో ఆయన సువార్తను ప్రకటించడానికి చేసున్న ఉద్యోగం కూడా మానేద్ధమనుకున్నాడు. గాని ఆయనే సమయమింకా రాలేదు అనే సాదృశ్యమైన స్వప్నం ద్వారా మాట్లాడాడు. ప్రస్తుతానికైతే ఆయనను మహిమ పరుస్తూ పుస్తకాలు వ్రాయడమే దేవుడు తన కిచ్చిన తలాంతు.

ఈసాక్ష్యము ద్వారా రచయిత ఇవ్వదలచిన సందేశమేమంటే: "పరలోకమునుండి అనుగ్రహించబడితేనే గాని ఎక్కడ ఏమీ పొందనేరడు" అని గ్రహించడం. నీవు ఆయనకు ఆకర్షింపబడాలంటే

నీకు పిలుపు కావాలి. దేవుడు ఆపిలుపు నీకు అనుగ్రహించాలి. బహుసా నీవు ఆయనకు ఒక పాత్రవై ఉపయోగబడాలి. భూమిపై నీవు ఆయనకు ఒక ప్రతినిదివై ఆయనను మహిమ పర్చాలి. అందుకే దేవుడు కొంతమందిని ఆరకంగా ఏర్పరచుకుంటాడు. ఎవడైనా ప్రలోభాలకు లొంగి యేసును అంగీకరించినా అతడు యేసులో లేక క్రైస్తవ్యంలో కలుగు శ్రమలకు లేక పరీక్షలకు నిలబడలేడు. ఒకడు యేసులో నిలబడాలంటే అతనికి పిలుపు దేవుని నుండి అనుగ్రహించబడాలి. అప్పుడు అతడు ఎన్నిశ్రమలైనా అనుభవిస్తాడు. అవసరమైతే అతడు యేసు కోసం హతసాక్షియైనా అవుతాడుగాని వెనుతిరుగడు. అతడు ప్రతీనిత్యం దేవుని సహవాసంలో,పరిశుద్ధాత్మ నడిపింపులో నడుస్తాడు. యేసు ప్రభువు తన భక్తుడికి ఏదో ఒక రూపములో అనగా విశ్వాసి ప్రతిరోజు వెళ్లేచర్చి పాస్టరు రూపములో మరే రూపములోనో కనిపిస్తాడు. సాతానుడు కలుగజేయబోయే శోదనలను ముందుగానే బయలు పరుస్తాడు. ఆశోదనలు ఎదుర్కొనేందుకు కావలసిన బలము శక్తి ఇస్తాడు. ఇది రచయిత అనుభవము. ఇది, పాటకులకు రచయిత ఇచ్చే సందేశం. ఈసాక్ష్యం అనేక విశ్వాసులను బలపరచాలని రచయిత ఆకాంక్ష.

దేవుడు తన ఐశ్వర్యముచొప్పున క్రీస్తుయేసునందు ఈవిషయాలు గ్రహించే మనస్సు మరియు ఆయన నామములో మీ ప్రతి అవసరమును తీర్చబడుటకు తన కృపను అనుగ్రహించును గాక. ఆమెన్.

ఆయన రెండవ రాకడకు సంబంధించిన లేఖనాలు

మత్తయి 1:20,21 లో ప్రభువు దూత స్వప్నమందు యోసేపుకు ప్రత్యక్షమై, దావీదు కుమారుడైన యోసేపు, నీభార్యయైన మరియను చేర్చుకొనుటకు భయపడకుము. ఆమె గర్భము ధరించునది పరిశుద్ధాత్మవలన కలిగినది.తన ప్రజలను వారి పాపములనుండి ఆయనే రక్షించును. గనుక ఆయనకు యేసు అను పేరుపెట్టుము అని చెప్పడం చూస్తాము. ఆదూత యోసేపుతో చెప్పిన దాని ప్రకారము క్రీస్తు శరీరధారియై మరియ గర్భాన జన్మించినప్పుడు ఆయన ప్రజల పాపములను క్షమించుతాడు. ఆయన సిలువపై చనిపోయి పునరుత్థానుడై లేచి ఆరోహనుడై సజీవుడుగానే పరలోకమునకు తండ్రియొద్దకు వెళ్ళిపోతాడు. రెండవసారి భూమి మీదకు ఎలాగైతే పరలోకానికి వెళ్ళాడో అదే రీతిగా సజీవుడుగా భూమి మీదకు తిరిగి వస్తాడు.

లూకా 1:31-33 లో అదే దూత మరియకు కనబడి చెప్పిన ప్రకారము "ఇదిగో నీవు గర్భము ధరించి కుమారుని కని ఆయనకు యేసు అని పేరు పెడతావు. ఆయన గొప్పవాడై సర్వోన్నతుని కుమారుడనబడును. ప్రభువైన దేవుడు ఆయన తండ్రియైన దావీదు సింహాసనమును ఆయన కిచ్చును. ఆయన యాకోబు వంశస్థులను యుగయుగములు ఏలును. ఆయన రాజ్యము

అంతములేనిదైయుండును" అని చెప్పుతాడు. మరియకు చెప్పిన ఆవాగ్దానము యేసు క్రీస్తు రెండవసారి భూమి మీదకు సజీవుడుగా వచ్చినప్పుడు నెరవేరుతాది. యేసు రెండవసారి భూమి మీదకు వచ్చినప్పుడు యెరుషలేమును కేంద్రముగా చేసుకొని దావీదు సింహాసనముపై కూర్చుండి పరిపాలన చేస్తాడు. ఈపరిణామాన్ని దేవుడు ముందుగానే యెషయ ప్రవక్త ద్వారా తెలియజేస్తాడు.

"ఏలయనగా మనకు కుమారుడు పుట్టెను. మనకు కుమారుడు అనుగ్రహించబడెను. ఆయన భుజము మీద రాజ్య భారముండును. ఆశ్చర్యకరుడు. ఆలోచనకర్త. బలవంతుడైన దేవుడు. నిత్యుడగు తండ్రి. సమాధానకర్తయగు అదిపతి అని అతనికి పేరుపెట్టబడును.

ఇది మొదలుకొని మితిలేకుండా దానికి వృధ్ధియు క్షేమమును కలుగునట్లు సర్వకాలము దావిదు సింహాసనమును రాజ్యమును నియమించును. న్యాయము వలనను నీతివలనను రాజ్యమును స్థిరపరచుటకు అతడు సింహాసనాసీనుడై రాజ్య పరిపాలన చేయును. సైన్యములకదిపతియగు యెహోవా ఆసక్తి కలిగి దీనిని నెరవేర్చును. (యెషయ 9:6,7) .

దానియేలు 7:13,14 "రాత్రి కలిగిన దర్శనములను నేనింకను చూచు చుండగా ఆకాశ మేఘారూడుడై మనుష్య కుమారుని పోలిన ఒకడు వచ్చి ఆ మహా వృద్ధుడగువాని సన్నిదిని ప్రవేసించి ఆయన సముఖమునకు తేబడెను. సకల జనులును రాష్ట్రములును ఆయా బాషలును మాట్లాడువారును ఆయనను సేవించునట్లు ప్రభుత్వమును మహిమయు ఆధిపత్యమును ఆయన కీయబడెను.ఆయన ప్రభుత్వము శాశ్వతమైనది. అదెన్నటికిని తొలగిపోదు.ఆయన రాజ్యము ఎప్పుడును లయము కాదు.

యేసు ప్రభువు యూదా మతపెద్దలు ఎదురుగా చెప్పిన మాట "ఇదిమొదలుకొని మనుష్యకుమారుడు సర్వశక్తుని కుడి పార్శ్వమున కూర్చుండుటయు, ఆకాశ మేఘారూడుడై వచ్చుతయు మీరు చూతురు" అని మత్తయి 26:64 లో చెప్పబడిన ఈవాక్యము గూడా యేసు ప్రభువు రెండవ రాకడకు సంబంధించిన పై వాక్యమును బలపరుస్తుంది.

జెకర్యా 12:10 దావీదు సంతతివారి మీదను యెరుషలేము నివాసుల మీదను కరుణ నొందించు ఆత్మను విజ్ఞాపణచేయు ఆత్మను నేను కుమ్మరింపగా వారు తాము పొడిచిన నామీద దృష్టియించి ఒకడు తన ఏక కుమారుని విషయమై దు:ఖించునట్లు తన జేష్ఠపుత్రుని విషయమై ఒకడు ప్రలాపించునట్లు అతని విషయమై దు:ఖించుచూ ప్రలాపింతురు.

ఈవాక్యము యేసు ప్రభువు రెండోసారి భూమి మీదకు వచ్చి దావీదుసింహాసనముపై కూర్చుండి పరిపాలన చేయునప్పుడు దేవుడు యూదులు కన్నులు తెరుస్తాడు. అప్పుడు వారు తాము హించించి సిలువ వేసి చంపిన ఆయేసే ఈ మెస్సీయ అని గుర్తు పడతారు.

కీర్తన 2:6 నేను నా పరిశుద్ధ పర్వతమైన సీయోను మీద నారాజును ఆసీనునుగా చేసియున్నాను అను ఈ వాక్యము యేసు ప్రభువు భూమి మీద 1000 సంవత్సరాలు పరిపాలన చేయునప్పుడు ఆయన సామ్రాజ్య విస్తరణ మరియు ఆయన శాంతి యుతమైన పరిపాలన ఎలా ఉంటాదో తెలియుజేయు చున్నది.

సముద్రమునుండి సముద్రవరకు యూఫ్రటీసు నది మొదలుకొని భూదిగంతములవరకు అతడు రాజ్యము చేయును. అరణ్యవాసులు అతనికి లోబడుదురు. అతని శత్రువులు మన్ను నాకెదరు. తర్షీషు రాజులు ద్వీపముల రాజులు కప్పము చెల్లించెదరు. సెబా రాజులును

కానుకలు తీసికొని వచ్చెదరు. రాజులందరు అతనికి నమస్కారము చేసెదరు. అన్య జనులందరు అతనిని సేవించెదరు. దరిద్రులు మొరపెట్టగా అతడు వారిని విడిపించును. దీనులను నిరాధారులను అతడు విడిపించును.. నిరుపేదలయందును బీదలయందును అతడు కనికరపడును. బీదల ప్రాణములను అతడు రక్షించును. కపట బలత్కారులనుండి అతడు వారి ప్రాణమును విమోసించును.

అతడు చిరంజీవియగును. షేబ బంగారము అతనికి యయ్యబడును. అతని క్షేమమునకై జనులు నిత్యము ప్రార్థన చేయుదురు. దినమంతయు అతనిని పొగడుదురు. దేశములోను పర్వత శిఖరముల మీదను సస్య సమృద్ధి కలుగును. దాని పంట లెబనోను వృక్షములవలె తాండవమాడుచుండును. నేలమీద పచ్చిక వలె పట్టణస్తులు తేజరిల్లుదురు.

అతని పేరు నిత్యము నిలుచును. అ   తని   నామము సూర్యుడున్నంతకాలము చిగురుచు చుండును. అతనిని బట్టీ మనుష్యులు దీవింపబడును. అన్యజనులందరును అతడు ధన్యడని చెప్పుకొందురు. దేవుడైన యెహోవా ఇశ్రాయేలు యొక్క దేవుడు స్తుతింపబడుడ గాక ఆయన మాత్రమే ఆస్చర్య కార్యములు చేయువాడు. ఆయన మహిమగల నామము నిత్యము స్తుతింపబడును గాక సర్వ భూమియు ఆయన మహిమతో నిండియుంతుంది. (కీర్తన 72:8-19)

యేసు పునరుత్థాన ప్రభావము

యేసు పునరుత్థాన ప్రభావము చాలా అమోఘమైనది. అసమానమైనది.

క్రైస్తవ్యము యొక్క ఉనికి యేసు పునరుత్థానము

యేసు పునరుత్థానము క్రైస్తవ విశ్వాస గోపురానికి మూలరాయివంటిది. క్రైస్తవ్యము యొక్క పుట్టుక మరియు ప్రపంచవ్యాప్తంగా క్రైస్తవ్యం బాగా విస్తరించుట అనేది మృతులలో నుండి పునరుత్థానుడైన యేసు మీద ఆధారపడియున్నది. పునరుత్థానుడైన యేసు లేకుంటే నేడు ప్రపంచవ్యాప్తంగా విస్తరించి యున్న క్రైస్తవ్యమే లేదు. నూతన నిబంధనలోని సువార్త గ్రంథములు, పౌలు వ్రాసిన పత్రికలు, పేతురు యోహాను, యాకోబు, యూదా వ్రాసిన పత్రికల మరియు ప్రకటన గ్రంథము యేసు పునరుత్థానాన్ని మరియు ప్రపంచ వ్యాప్తంగా క్రైస్తవ్యాన్ని బలపరుస్తున్నాయి.

1. **పరివర్తన చెందిన శిష్యుల జీవితాలు:**

పునరుత్థాన ప్రభావము ముందు శిష్యులపై ఏవిధంగా పనిచేసిందో చూద్దాము

అపోస్తలుడైన మత్తయి తన సువార్త 26:56 : లో యేసు సువార్త పరిచర్య మొదలు పెట్టినది మొదలుకొని మూడున్నర సంవత్సరాలు పాటు అనునిత్యము యేసుతో గడిపిన శిష్యులైన పేతురు, ఆంద్రేయ, యాకోబు, తోమా పిలిప్పు, మత్తయి తదితరులు గెత్సమనె తోటలో యేసును పట్టుకోదానికి యూదా మతపెద్దలు పంపిన కత్తులు గుదియలు పట్టుకొని వచ్చిన బహు జన సమూహమును చూచి **"శిష్యులందరూ ఆయనను విడిచిపారిపోయారు'** అని వ్రాసాడు. పిరికివారై చెదరిపోయిన శిష్యులు యేసు మరణానంతరం భయముతోను కలవరంతోను

ఏమిచెయ్యాలో తెలియక తమతమ పాత జీవన విధానానికి అలవాటు పడిపోయారు.

యేసు పునరుత్థానం యేసు శిష్యులలో గొప్ప మార్పు తీసుకువచ్చింది. యేసు పునరుత్థానము ప్రపంచాన్నే మార్చగలిగిన గొప్ప సువార్తికులునుగా ఆయన శిష్యులను మార్చగలిగింది. వారు ఎవరిని లెక్కచేయక హతసాక్షులయ్యేంతవరకు ధైర్యంగా సువార్తను ప్రకటించారు. పునరుత్థానుడైన యేసు పౌలుకు ప్రత్యక్షము కావడంతో ప్రపంచవ్యాప్తముగా సంఘాలు స్థాపించబడి క్రైస్తవ్యము విస్తరించబడింది. గాబట్టి శిష్యులలో కలిగిన పరివర్తనే పునరుత్థానానికి అన్నిటికంటె గొప్ప రుజువు. పునరుత్థానము జరుగకుంటే అపోస్తలులు తమప్రాణముపెట్టి సువార్తను ప్రకటించేవారు కాదు.

యేసు సహొదరుడైన యాకోబు మార్పు పొందిన జీవితము చూడండి. పునరుత్థానానికి ముందు తన సహొదరుడైన యేసును ద్వేషించాడు. క్రీస్తు అర్హతలన్నియు బొత్తిగా కపట నటనలనీ అవి కుటుంబపేరును కూల్చివేయడానికి పని కొస్తాయని అనుకున్నాడు. పునరుత్థానం తరువాత యాకోబు ఇతర శిష్యులతో బాటు వారి ప్రభువు యొక్క సువార్తను ప్రకటించినట్లు కనబడుతున్నాడు. క్రీస్తుతో తనకున్న అనుబంధాన్ని అతని పత్రిక వివరిస్తుంది. తన్ను తాను "దేవుని దాసుడును యేసుక్రీస్తు దాసుడుగానూ వర్ణించుకున్నాడు (యాకోబు 1:1) అపోస్తలుడైన పౌలు కూడా తన పత్రిక 1 కొరింతి 15:7 "తర్వాత ఆయన (యేసు) యాకోబుకు కనబడెను" అనిప్రాసాడు.

తోమా సంశయము: యేసు తోమాకు కనబరచుకున్నాడు. నా ప్రభువా, నాదేవా అని అన్నాడు (యోహాను 20:28) తోమా సమాధినుండి తిరిగిలేచిన తన ప్రభువును చూడగానే తన దిశ మారిపోయింది. యేసుక్రీస్తు చనిపోయి ఆరోహణం అయిన 25 సంవత్సరాలుకే తోమా ద్వారా భారత దేశానికి క్రైస్తవ్యం వచ్చింది. దేవునికి విరోధముగా ప్రవర్తించి తిరుగుబాటు చేసిన ప్రతీసారి యూదులను దేవుడు ప్రపంచపు నలు దిక్కులకు చెదరగొట్టి అనేక అన్య రాజుల కాడి క్రిందకు పంపుతూ ఉండేవాడు. అలా చెదరగొట్టబడిన యూదులు భారతదేశానికి కూడా వచ్చినట్లు చరిత ఆధారాలు ఉన్నాయి. ఈ కారణాన్ని బట్టి మనదేశానికి వచ్చిన యూదులు దేవుడు వాగ్దానం చేసిన మెస్సీయా గురించి ఎదురు చూస్తున్నారు. అలా వారు ఎదురు చూస్తున్న మెస్సీయా వచ్చేసాడని, యేసు ప్రభువే ఆ మెస్సీయా అని ప్రవచనాను సారంగా పుట్టి జీవించి మరణించి తిరిగి లేచాడని దృవీకరిస్తూ యూదులకు చెప్పడం తన భాధ్యతగాను మరియు నశించిపోతున్న సర్వలోకానికి సువార్త అందించమని యేసు చెప్పిన ఆదేశాన్ని అనుసరించి ప్రజలకు సువార్త చెప్పడం రెండవభాధ్యతగా తోమా భారత దేశానికి వచ్చాడు.

2. **ప్రపంచవ్యాప్తంగా క్రైస్తవ్యం విస్తరించబడుట అనేది " దేవుని శక్తి"**

యేసు ప్రభువు పునరుత్థానుడై లేచి పరలోకానికి ఆరోహణుడైన తరువాత యేసుక్రీస్తు మృతులలో నుండి లేచాడని , ఆయన యందు విశ్వాసముంచుట ద్వారా మనుష్యులు రక్షణ పొందుతారని ఆయన శిష్యులు ప్రపంచమంతటా ఒకే విధమైన

సత్యాన్ని సువార్తను భోధించారు. ఈసత్యాన్ని భోదించడంలో వారు వ్యతిరేకత, దూషణలు, కటిక హింసలు, దెబ్బలు, చెరసాలలో వేయబడడం, భాదింపబడుట, క్రూర మరణములు లాంటి దౌర్భాగ్య పరిస్థితులన్నిటిని మహా ఆనందముగా అనుభవించారు. అది దేవుడు వారికిచ్చిన శక్తి.

మరణము ఆయనను బంధించి యుండుట అసాధ్యము. గనుక దేవుడు మరణవేదనలు తొలగించి ఆయనను లేపెను అని ఆయన పునరుత్థానమును గూర్చి సాక్ష్యమిచ్చారు. ఈసాక్ష్యం నశించి పోతున్న వారిని గొప్ప శక్తిగా ప్రభావితం చేసింది.తద్వార క్రైస్తవ్యం ప్రపంచవ్యాప్తంగా విస్తరించబడింది.

3. **నిరీక్షణ:** యేసుక్రీస్తు పునరుత్థానము ఈజీవితకాలము మట్టుకే గాక మన మరణానంతరము మనప్రభువుతోను దేవుని తోను కలసి జీవిస్తామనే నిరీక్షణ విశ్వాసులలో కలుగజేసింది. అపొస్తలుడైన పౌలు "పరలోకమందు మీకొరకు ఉంచబడిన నిరీక్షణనుబట్టి, మీయందున్న క్రీస్తు మహిమ నిరీక్షణయైయున్నాడన్న సంగతి దేవుడు తనపరిశుద్ధులకు తెలియపరచగోరి ప్రతిమనుష్యుని క్రీస్తునందు సంపూర్ణనిగా చేసి ఆయన ఎదుట నిలువ బెట్టవలెనని అనేమాటలు వ్రాస్తున్నాడు. The resurection gives us confidence for our future: because Jesus rose from the dead, we can be certain that we will rise from the dead too.

ఈజీవితకాలము మట్టుకే కాదు మనము క్రీస్తునందు నిరీక్షణ గలవారమై రాబోవు కాలమునకు నిరీక్షణ కలిగియున్నాము. ఆనిరీక్షణ ఏమిటంటే-యేసు మృతి పొంది లేచెనని మనము నమ్మిన ఎదల.... ప్రభువు మాటను బట్టి నేను మీతో

చెప్పునదేమనగా ప్రభువురాకడ వరకు సజీవంగా ఉన్నను లేక నిద్రించినను ప్రభువు ఆర్భాటముతోను ప్రధాన దూత శబ్దముతోను దేవుని బూరతోను పరలోకమునుండి దిగివచ్చినప్పుడు ప్రభువును ఎదుర్కొనుటకు ఆకాశమండలము మీదకు మేఘములమీద కొనిపోబడుదుము కాగా మనము సదాకాలము ప్రభువుతో కూడా ఉందుము (1 Thess 4:14).

మృతులలో నుండి యేసుక్రీస్తు తిరిగి లేచుటవలన జీవముతో కూడిన నిరీక్షణ మనకు కలుగునట్లు అనగా అక్షయమైనదియు వాడబారనిదియునైన స్వాస్థ్యము మనకు కలుగునట్లు ఆయన తన విశేష కనికరము చొప్పున మనలను మరలా జీవింపజేసెను.(1 వ పేతురు 1: 4)

4. **క్రైస్తవ ఆదివార విశేషం.** యూదుల సహజ విశ్రాంతి దినం మరియు ఆరాధన దినము శనివారము. ఎందుకనగా దేవుడు తనసృష్టిని ముగించి ఏడవ దినముడన విశ్రమించినాడు గాబట్టి సబ్బాతు దినము యూదామతానికి ఆధారమైన సంగతి. అయితే క్రైస్తవులు యేసు పునరుత్థాన దినముగా వారంలో మొదటి దినమైన ఆదివారమును ప్రపంచ వ్యప్తంగా ఆచరించు చున్నారు. ఆరాధనా దినముగా ఆదివారమునకు కదల్చడమనేది క్రైస్తవుల విజయమే. మొదట్లో క్రైస్తవులుగా మారిన వారు కూడా యూదులే.

దేవుని ప్రేమ:

దేవుడు తన ప్రణాళిక నంతటిని తన అద్వితీయ కుమారుడైన యేసునందు ఈరకంగా నెరవేర్చుకున్నాడు. దానికంతటికి కారణం ఆయన ప్రేమ స్వరూపి. తన స్వరూపంలో తన పోలిక చొప్పున

సృష్టించబడిన మానవుడు పాపంలో నశించిపోతున్నాడు. దారి తప్పి పాపములో పడి నశించిపోతున్నతన బిడ్డలను తిరిగి రక్షించి తన యొద్దకు చేర్చుకొనుటకు ఆయన తన స్వంతకుమారుని సిలువకు అప్పజెప్పడానికి వెనుకాడలేదు. తమ అపరాధముల చేత చచ్చినవారై యుండగా వారిని పాపములనుండి విడిపించుటకును,, నీతిమంతులుగా తీర్చిదిద్ది, రాబోయే యుగములో తన ఎదుట పరిశుద్ధులుగాను నిర్దోషులుగా ఉండుటకు తగిన వారుగా చేసి తన కుమారుడైన యేసు క్రీస్తు ద్వారా తన కుమారులునుగా స్వీకరించుట దేవుని దయా సంకల్పమై యున్నది. తన అద్వితీయ కుమరునిగా పుట్టిన వానియందు విశ్వాసముంచు ప్రతీవాడు నశింపక నిత్య జీవము పొందాలని, తద్వార ఎవ్వరును నశించి పోయి నిత్యాగ్నికి గురిగాకూడదని ఆయన ఉద్దేశం.

తన తండ్రియైన దేవుని సంకల్పము నెరవేర్చుటకు భూమి మీదకు యేసు శరీరధారియై రావలసివచ్చింది. ఆసంకల్పమును నెరవేర్చుటకు గాను ఆయన తన పరిశుద్ధ రక్తము చిందించడం ద్వారా మానవుని పాపము నుండి విడుదల చేస్తున్నాడు. యేసు క్రీస్తు దేవుని స్వరూపము కలిగినవాడైయుండి కూడా దేవునితో సమానముగా ఉండుట విడిచిపెట్టకూడని భాగ్యమని యెంచుకోలేదుగాని మనుష్యుల పోలికగా పుట్టి దాసుని స్వరూపమును ధరించుకొని తన్ను తాను రిక్తునిగా చేసికొని మరణము పొందునంతగా తండ్రికి విధేయత చూపించి సిలువ మరణము పొంది తనను తాను తగ్గించుకున్నాడు.

ఆకారణాన్ని బట్టియే దేవుడు పరలోకములోను భూమి మీదను సమస్త అధికారము తన కుమారుడైన యేసు క్రీస్తుకు అనుగ్రహించాడు.అందుచేత పరలోకమందున్న వారిలోగాని భూమి మీద ఉన్నవారిలో గాని భూమి క్రింద ఉన్నవాఇలో గాని, ప్రతీ మోకాళ్లు యేసు నామమున వంగునట్లు ప్రతీవాని నాలుకయు తండ్రియైన దేవుని మహిమార్థమై యేసుక్రీస్తు ప్రభువని ఒప్పుకొనునట్లును దేవుడు ఆయనను అధికముగా హెచ్చించి ప్రతీ నామమునకు పై నామమును ఆయనకు అనుగ్రహించెను.

రెండవ భాగము

జీవపునరుత్థానము మరియు తీర్పుపునరుత్థానము

"దీనికి ఆశ్చర్యపడకుడి. ఒక కాలము వచ్చుచున్నది. ఆకాలమున సమాధులలో నున్న వారందరు ఆయన శబ్దము విని మేలు చేసిన వారు జీవపునరుత్థానానికి, కీడు చేసినవారు తీర్పు పునరుత్థానమునకు బయటకు వచ్చెదరు. (యోహాను 5:28,29)

తనకు మృతులను లేపుటకును, వారికి తీర్పుతీర్చుటకును తన తండ్రియైన దేవుడు అధికారము ఇచ్చాడని, మృతులు దేవుని కుమారుని శబ్దము విను గడియ వచ్చు చున్నదని, దానిని వినువారు జీవింతురని చెప్పుతూ, "దీనికి ఆశ్చర్యపడకుడి. ఒక కాలము వచ్చుచున్నది. ఆకాలమున సమాధులలో నున్న వారందరు ఆయన శబ్దము విని **మేలు చేసిన వారు జీవపునరుత్థానానికి కీడు చేసినవారు తీర్పు పునరుత్థానమునకు** బయటకు వచ్చెదరు అని యేసు యోహాను 5:28,29 లో అంటున్నాడు.

ఇదే ప్రవచనాన్ని దానియేలు ప్రవక్త యేసు ప్రభువు పుట్టక మునుపు 500 సంవత్సరాలుకు పూర్వమే ప్రవసిస్తాడు. ఆప్రవచనము ఏమిటంటే "మరియు సమాదులలో నిద్రించు అనేకులు మేలుకొనెదరు. కొందరు నిత్యజీవము అనుభవించుటకును కొందరు నిందపాలగుటకును నిత్యముగా హేయులగుటకును మేలుకొందురు".(దానియేలు 12:2).

పైన పేర్కొనబడిన ప్రవచనాలను బట్టి మేలు చేసినవారు జీవపునరుత్థానమును కీడు చేసినవారు తీర్పు పునరుత్థానమును పొందుతారని ఆ వాక్యములు చెపుతున్నాయి. వాటి వివరాలలోకి వెలదాము.

పునరుత్థానము అనగా తిరిగి లేచుట(a raising again) అని; తిరిగి జీవించుట(coming back to life) అనియు; పునరుద్ధరించబడడం (revival) అనియు మరియు చనిపోయినవాడు తిరిగిలేచి జీవించడం (The act of arising from the dead and becoming alive again); (The act of bringing something that had disappeared or ended back into use or existance); జీవితము ఒక పరివర్తనము చెందడం అనే అనేక అర్థాలు వచ్చునట్లుగా ముందు బాగంలో చదువుకున్నాము.

జీవ పునరుత్థానము

యేసు ప్రభువు సిలువలో మరణించి సమాధి చేయబడి పునరుత్థానుడై తిరిగి లేచిన తరువాత నలుబది దినముల వరకు తన శిష్యులకు మరియు తాను ఏర్పరచుకొనిన ప్రియమైనవారికి కనబడుచు, దేవుని రాజ్య విషయములను గూర్చి బోధించుచూ, అనేక ప్రమాణములను వారికి చూపి, ఈనలుబది దినములు తన్ను తాను సజీవునిగా కనబరచుకొనుచూ వారందరూ చూచు చుండగా పరలోకమునకు ఆరోహణమవుతాడు. అప్పుడు వారి కన్నులకు కనబడకుండా ఒక మేఘము ఆయనను కొనిపోతాది. ఆయన వెళ్ళుచుండగా వారు ఆకాశమువైపు తేరి చూస్తూ యుంటారు.

అప్పుడు తెల్లని వస్త్రములు ధరించుకొనిన యిద్దరు మనుష్యులు వారియొద్ద నిలిచి - గలిలయ మనుష్యులారా, మీరెందుకు నిలిచి ఆకాశమువైపు చూచుచున్నారు? మీయొద్దనుండి పరలోకమునకు చేర్చుకొనబడిన **ఈ యేసే, ఏరీతిగా పరలోకమునకు వెళ్ళుట మీరు చూచితిరో ఆరీతిగానే ఆయన తిరిగి వచ్చును"** అని వారితో చెప్పిరి (అపో. కా 1:3-11).

ఏరీతిగా పరలోకమునకు వెళ్ళాడో అదే రీతిగా తిరిగి వస్తాడు అనే మాటను గమనించాలి. ఇక్కడ యేసుప్రభువు సిలువపై శ్రమ పడి మరణించాడు.సమాధి చేయబడ్డాడు. పునరుత్థానము అనగా తిరిగిలేసి

తనకు ప్రియమైనవారందరకు 40 రోజులవరకు కనిపిస్తూ ఆరోహణమైనట్లు చూసాముగదా.

ఆయన ఆరోహణ అనంతరము సంఘము స్థాపించబడింది. ప్రపంచవ్యాప్తంగా విస్తరించబడుతుంది. ఇప్పుడు యేసు ప్రభువు రెండవ రాకకు ఎదురు చూస్తోంది. ఏరీతిగా పరలోకమునకు వెళ్ళాడో, ఆరీతిగానే ఆయన తిరిగి వచ్చు సమయ మాసన్న మయ్యింది. ఆయన త్వరలో రాబోతున్నాడు. ఆయన రెండవ రాకడ అత్యంత గొప్ప ప్రాధాన్యతను సత్కరించుకుంది. జీవ పునరుత్థానమనేది ఆయన రెండవ రాకతోనే ముడిపడియుంది. ఆయన ఎలావస్తాడు? సూచనలు ఏమిటి? ఎప్పుడు వస్తాడు? చూద్దాము.

మెరుపు తూర్పున పుట్టి పడమటి వరకు ఎలాగు కనబడునో అలాగే మనుష్యకుమారుని రాకడయు యుండును (మత్తయి 24:27)

అప్పుడు మనుష్యకుమారుని సూచన ఆకాశమందు కనబడును.అప్పుడు మనుష్యకుమారుడు **ప్రభావముతోను మహ మహిమతోను ఆకాశ మేఘారూడుడై** వచ్చుట చూచి భూమిమీద నున్న సకల గోత్రములవారు రొమ్ము కొట్టుకుంటారు (మత్తయి 24:30)

మరియు ఆయన గొప్ప భూరతో తన దూతలను పంపును. వారు ఆకాశము యొక్క ఈ చివరనుండి ఆ చివరవరకు నలుదిక్కులనుండి **ఆయన ఏర్పరచుకొనిన వారిని** పోగుచేతురు(మత్తయి 24:31).

అయితే ఆదినమును గూర్చియు ఆగడియను గూర్చియు తండ్రి (దేవుడు) మాత్రమే ఎరుగును గాని ఏమనుష్యడైనను పరలోకమందలి దూతలైనను కుమారుడైనను ఎరుగరు (మత్తయి 24:36)

ఏదినమున మీప్రభువు వచ్చునో మీకు తెలియదు గనుక **మెలకువగా** నుండుడి. ఏజామున దొంగవచ్చునో యింటి యజమానునికి తెలిసియుండిన ఎడల అతడు మెలకువగా యుండి తన యింటికి కన్నము వేయనియ్యడని మీరెరుగుదురు. గాబట్టి **మీరనుకొనని గడియలో** మనుష్య కుమారుడు వచ్చును గనుక మీరును **సిద్ధముగా యుండుడి.** యజమానుడు వచ్చినప్పుడు ఏదాసుడు ఈలాగు చేయుచుండుట అతడు కనుగొనునో **ఆదాసుడు ధన్యుడు. అతడు తన యావదాస్తిమీద వానినుంచునని** మీతో నిశ్చయంగా చెప్పుచున్నాను (మత్తయి 24:42-47).

పైవాక్యాలలో గమనించవలసినవి:

1. ఆయన ఎప్పుడు వచ్చేది తెలియదు.

2. ఆదినము గూర్చి ఆగడియను గూర్చి తండ్రిమాత్రమే ఎరుగును.

3. ఆయన వచ్చేటప్పుడు ఆయన మహా మహిమతోను, ప్రభావముతోను వస్తాడు.

4. **మెరుపు తూర్పున పుట్టి పడమటి వరకు ఎలాగు కనబడునో** అలాగే ఆయన రాకడయు యుంటుంది.

5. ఆయన దూతలు **ఆకాశము యొక్క ఈచివరనుండి ఆచివరవరకు** నలుదిక్కులనుండి ఆయన ఏర్పరచుకొనిన వారిని పోగుచేస్తారు.

6. వీరందరూ అనగా ఆయన ఏర్పరచుకొనిన వారు సజీవంగా ఎత్తబడి యేసు ప్రభువు మధ్యాకాశములో యుండగానే ఆయనను కలుసుకుంటారు.

7. ఆయన ఎప్పుడు వస్తాడో తెలియదు గనుక సిద్ధముగా, మెలుకువగా యుండమని వాక్యాలు చెప్పుతున్నాయి.

ప్రియమైన సహోదరి సహోదరులారా,

మొదటి సారి యేసు కన్య మేరి గర్భాన యూదా దేశపు బెత్లహేములో పుట్టి, దేవుని రాజ్యము గూర్చి ప్రకటించి, మానవుల పాప పరిహారార్థ నిమిత్తము తన రక్తమును చిందించి చనిపోయి పునరుత్థానుడై లేచి పరలోకమునకు వెళ్ళాడు.

యేసు తన రెండవ రాకడలో యూదా గోత్రపు సింహముగా, సరాసరి పరలోకమునుండే ప్రభావముతోను మహా మహిమతోను ఆకాశ మేఘారూడుడై మధ్యాకాశానికి వస్తాడు. ఆయన వచ్చినప్పుడు ఆయన దూతలు భూమి నలుదిక్కులనుండి (**ఆకాశము యొక్క** ఈచివరనుండి ఆచివరవరకు) ఆయన ఏర్పరచుకొనిన వారిని (అనగా క్రైస్తవ విశ్వాసులను) పోగుచేసి మధ్యాకాశాన్న ఉన్న యేసు వద్దకు చేర్చుతారు.

ఈఎత్తబడిన గుంపులో రెండు వర్గాల వారు ఉంటారు. ఒకటి యేసుక్రీస్తునందు విశ్వాసముంచి మరణించినవారు మొదటివారుకాగా, భూమిమీద సజీవులుగా ఉన్నవారు రెండవ వర్గము వారు. అయితే ఆశరీరాలు కాస్త మధ్యాకాశానికి వెళ్ళే క్రమముల్లో మహిమ శరీరాలుగా మార్చబడతాయి. గాబట్టి వారికి చావు యుండదు. సమాధి చేయబడడం లాంటిది ఏమి ఉండదు.

రక్తమాంసాలతో ఉండిన మన శరీరాలు మహిమ శరీరాలుగా మార్చబడి యేసుతోను దేవునితోను నిత్యము జీవించడమనే **జీవ పునరుత్థానము అంటారు.** ఈధన్యత పొందదానికే క్రైస్తవ సోదరీ

సోదరులు ఎన్ని కష్టాలైనను శ్రమలైనను భరించి యేసును వెంబడిస్తూ ఆఘడియ కోసం నిరీక్షణతో ఎదురు చూస్తూ యుంటారు.

"ఆర్భాటముతోను ప్రధాన దూత శబ్దముతోను దేవుని బూర తోను పరలోకమునుండి ప్రభువుదూత దిగివచ్చినప్పుడు **క్రీస్తునందుండి చనిపోయినవారి ఆత్మలు మొదటలేస్తాయి. ఆమీదట సజీవులమైయుండు మనము (సంఘము) మొదటలేపబడిన మృతులతో గూడా కలసి ప్రభువును ఎదుర్కొనుటకు ఆకాశమండలమునకు కొనిపోబడుతాము**" అని పౌలు భక్తుడు అంటున్నాడు.

క్రీస్తునందు మృతిపొందిన మృతులు (చనిపోయినవారు) యొక్క ఆత్మలు పాతాళ లోకములోని పరదైసులో ఉంటాయి. పాతాళలోకానికి అధిపతికూడా యేసుక్రీస్తే. ఈపరదైసులో ఉన్న వారి ఆత్మలు యేసు ప్రభువు దగ్గరకు (మధ్యాకాశానికి) ముందు చేరుకుంటాయి. వారి ఆత్మలను వెంబడిస్తూ క్రీస్తునందు విశ్వాసముంచి సజీవులుగా భూమిమీదనున్నవారు వారి వారి వరుసక్రమములో రెప్పపాటులో మార్పునొంది మహిమశరీరము ధరించుకొని మధ్యాకాశములో ప్రభువుని కలుసు కుంటారు.

ఈ ప్రక్రియనే జీవ పునరుత్థానము అని అంటారు. యేసుక్రీస్తు మధ్యాకాశములోకి వచ్చినప్పుడు బూర శబ్దము భూలోకములో ఎంతమంది పరిశుద్ధులుగా ఉన్నారో వారికి మాత్రమే ఆశబ్దము వినిపిస్తుంది. ఎంతమంది ఆశబ్దము వింటారో వారు మాత్రమే మహిమ శరీరాలుగా మార్పునొంది మధ్యాకాశానికి వెలతారు. (1కొరింతి 15:52 మరియు 1 థెస్సలోనిక 4 అధ్యాయము).హల్లెలూయ . యేసు మధ్యాకాశానికి వచ్చినప్పుడు ఇంకా సిద్ధపడడానికి అవకాశం ఉండదు.

కూర్చున్నవారు కూర్చున్నట్లు, నిలువబడినవారు నిలువబడినట్లు పండుకున్నవారు పండుకున్నట్లే నడుచువారు నడుచునట్లే ప్రయాణం చేస్తున్నవారు ప్రయాణం చేస్తున్నట్లే కొనిపోబడుదురు.

ఆదినమైనను ఆగడియైనను మీకు తెలియదు గనుక మెలుకవుగా యుండుడి అని యేసూ ప్రభువు చెపుతూ ఇంకా ఏమంటున్నాడో చుద్దామా!

యేసు ప్రభువు యింకో మాట అంటున్నాడు. **మీరనుకొనని గడియలో** మనుష్య కుమారుడు వచ్చును గనుక మీరును **సిద్ధముగా యుండుడి.** యజమానుడు వచ్చినప్పుడు ఏదాసుడు ఈలాగు చేయుచుండుట అతడు కనుగొనునో **ఆదాసుడు ధన్యుడు. అతడు తన యావదాస్తిమీద వానినుంచునని** మీతో నిశ్చయముగా చెప్పుచున్నాను (మత్తయి 24:42-47).

ఇదే జీవ పునరుత్థానములో ప్రధాన అంశము. ఆయన ఏర్పరచు కొనిన విశ్వాసులు నీతి విషయములో సంపూర్ణత కలిగియుంటారో వారు ధన్యులు అంటున్నాడు. వారికి తన యావదాస్తిమీద అధికారము ఇస్తానంటున్నాడు. అనగా యేసు ప్రభువు తన రెండవ రాకడలో యెరూషలేమును ప్రధాన కేంద్రముగా చేసుకొని దావీదు సింహాసనముపై కూర్చుండి 1000 ఏండ్లు పరిపాలన చేస్తాడు. ఆసమయములో ఈ జీవపునరుత్థానము పొందుకొనిన వారు కూడా ఆయన పరిపాలనలో భాగ స్వాములౌతారు. ఈ జీవ పునరుత్థానాన్నే సంఘము ఎత్తబడుట లేక సంఘ పునరుత్థానము అని అంటారు.

సంఘము ఎత్తబడుట

సంఘ నేపద్యము: సంఘము అంటే ప్రపంచవ్యాప్తంగా యేసు ప్రభువు నామమున దేవుడు ఏర్పరుచుకున్న ప్రజలు లేక విశ్వాసుల సమూహము . వీరు సంఘములుగా కూడి దేవుని ఆరాధించువారు.

1వ కొరింతి 1:2 లో దేవుని సంఘము అనగా క్రీస్తుయేసురక్తములో కడుగబడి మారు మనస్సు పొంది పరిశుద్ధులుగా జీవించుటకు ప్రత్యేకింపబడినవారు లేక పరిశుద్ధపరచబడినవారు. పరిశుద్ధులుగా ఉండుటకు పిలువబడినవారు . ఇది దేవుని సంఘము. వీరిని యేసుప్రభువు తన స్వరక్తమిచ్చి పాపము నుండి విడుదలచేసి సంపాదించుకున్నాడు (అ.కా 20:28). ఈసంఘము క్రీస్తు పునరుత్థానము అను పునాదిపై పరిశుద్ధాత్మ శక్తితో కట్టబడినది.

యేసు ప్రభువు పరలోకమునకు ఆరోహణ అయిన అనంతరము ఆయన శిష్యులును , వీరితో బాటు కొంతమంది స్త్రీలును, యేసు తల్లియైన మరియయు ఆయన సహోదరులును వీరందరు ఇంచుమించు 120 మంది యెరుషలేము పట్టణములో మార్కు సువార్తికుని గృహం మేడగదిలో కూడి ఏకమనస్సుతో ఎడతెగక ప్రార్ధన చేస్తూ యుంటారు.

పెంతెకొస్తను దినమున వీరందరు ఒకచోట కూడి ప్రార్థించు చుండగా వేగముగా వీచు బలమైన గాలివంటి యొక ధ్వని ఆకాశమునుండి అకస్మాత్తుగా వారు కూర్చుండియున్న యిల్లంతయు నిండిపోతాది. మరియు అగ్నిజ్వాలలు వంటి నాలుకలు విభాగింపబడినట్లుగా వారికి కనబడి వారిలో ఒక్కొక్కనిమీద్రవాలగా

అందరూ పరిశుద్ధాత్మతో నిండినవారై ఆ ఆత్మ వారికి వాక్ శక్తి అనుగ్రహించిన కొలది అన్యభాషలతో మాటలాడతారు.

పెంతెకొస్తు పండుగకు దేవుని ఆరాధించుటకు యెరుషలేము వచ్చిన వివిధ దేశాలలో నివాసముంటున్న యూదులు పేతురు చేసిన ప్రసంగము విని, విశ్వసించి అతని వాక్యము అంగీకరించి, ఆదినమందు ఇంచుమించు మూడువేలమంది సంఘముగా ఏర్పడ్డారు. ఈసంఘమునకు పేతురు యోహానులు సంఘకాపరులుగా ఉండి పరిచర్య చేసారు. తరువాత సంఘములో ఏడుగురు పెద్దలు నియమించబడ్డారు.(అ.కా 6:5,6) యెరుషలేములో ప్రారంభించబడిన ఈసంఘము తరువాత ఐదువేలమందిగాను ఆతరువాత యెరుషలేమునుండి ప్రపంచమంతట వ్యాపించింది.

ఈసంఘము క్రీస్తు శరీరముగా పోల్చబడింది. సంఘములోని ప్రతీవిశ్వాసి ఆయన శరీరములో అవయవములుగా పోల్చబడిరి. (ఎపెసి 4:16) సంఘము ఒక కట్టడముగా పోల్చబడింది. (ఎపెసి 2:21) ప్రతీ విశ్వాసీ ఆకట్టడములో సజీవమైన రాళ్లుగా పోల్చబడిరి. (1పేతురు 2:5) క్రీస్తు ద్రాక్షవల్లిగా ను, ఆయన సంఘము ద్రాక్షతీగలుగా పోల్చబడ్డారు (యోహాను 15:1-5) సంఘము లోకమునకు ఉప్పుగా పోల్చబడింది (మత్తయి 5:13) సంఘము లోకమునకు వెలుగు గా పోల్చబడింది (మత్తయి 5:14) సంఘము క్రీస్తుకు సహోదరులుగా ను ఆయన జేష్ఠుడుగా పోల్చబడింది. క్రీస్తు పెండ్లికుమారుడుగాను, సంఘము పెండ్లి కుమార్తెగాను పోల్చబడింది.

పరలోకములో దేవుని సన్నిదిలో కూర్చుండియున్న యిరువది నాలుగు పెద్దలు యేసు ప్రభువుని ఉద్దేసించి ఈరకంగా అంటున్నారు.

"నీవు వధింపబడినవాడవై నీరక్తమిచ్చి ప్రతీవంశములోను ఆయా భాషలు మాట్లాడు వారిలోను ప్రతీ ప్రజలలోను, ప్రతీ భాషలు మాటలాడు వారిలోను దేవుని కొరకు మనుష్యులను కొని మాదేవునికి వారిని ఒక రాజ్యముగాను యాజకులను జేసితివి గనుక వారు భూలోకమందు క్రొత్తపాటపాడుదురు " అని ఆయనను కొనియాడుట ప్రకటన గ్రంధములో 5:9,10 లో చూస్తాము.

ఈసంఘములో ఆయాజాతులవారు ఆయాజనములనుండి ఆయా జాతులనుండి ఆయా భాషలు మాట్లాడే వారినుండి ఆయాదేశాలనుండి పిలువబడినవారున్నారు. (ప్రకటన 7:9) .

వీరందరు గొర్రెల మందకు సాదృశ్యమై యుండగా క్రీస్తు కాపరియై కాయుచున్నాడు (1 పేతురు 5:4) .

సంఘము భూలోకములో క్రీస్తుయొక్క ప్రతిబింబమైయున్నది. కిస్తుయొక్క స్వరూపము సంఘమునందు గలదు (గలతీ 4:19) . యేసు క్రీస్తును బట్టియే సంఘము దేవుని తండ్రి అని పిలువగలుగుచున్నది. క్రీస్తునుబట్టియే సంఘమునకు దత్త పుత్రత్వము వచ్చియున్నది. (రోమా 8:15)). అటువంటి సంఘము ఎత్తబడుట అనేది రాబోయే రోజులలో ఒక ముఖ్య ఘట్టమైయున్నది.

అయితే ఈసంఘములో కొన్ని వ్యత్యాసములు కనబడుతున్నాయి. వాటిని బట్టి అందరూ యేసుక్రీస్తు మధ్యాకాశములోకి వచ్చినప్పుడు ఎత్తబడరు. ఎవరు ఎత్తబడతారు ఎవరు ఎత్తబడరో చూద్ధామా?

సంఘానికి వెళ్ళే ప్రతీవారు జీవ పునరుత్థానము నకు అర్హులా? కాదు. మరి ఎవరుఎత్తబడతారు?

యేసు ప్రభువు చెప్పిన ఈ ఉపమానములో భావము గ్రహించండి. (మత్తయి 25:వ అధ్యాయము)

"పరలోకరాజ్యము తమ దివిటీలు పట్టుకొని **పెండ్లికుమారుని** ఎదుర్కొనుటకు బయలు దేరిన పదిమంది కన్యకలను పోలియున్నది. వీరిలో అయిదుగురు బుద్ధిలేనివారు అయిదుగురు బుద్ధిగలవారు. బుద్ధిలేనివారు తమ దివిటీలు పట్టుకొని తమతో కూడా నూనె తీసికొని పోలేదు. బుద్ధిగలవారు తమ దివిటీలతో సిద్దెలలో నూనె తీసికొని పోయిరి.పెండ్లికుమారుడు ఆలస్యము చేయగా వారందరు కునికి నిద్రించుచుండిరి.

అర్ధరాత్రివేళ ఇదిగో పెండ్లి కుమారుడు. అతనిని ఎదుర్కొనరండి అనికేక వినబడెను. అప్పుడు ఆకన్యకలందరు లేచి తమ దివిటీలను చక్కబరిచిరి గాని బుద్ధిలేని కన్యకలు మా దివిటీలు ఆరిపోవుచున్నవి. గనుక మీనూనెలో కొంచెము మాకియ్యుడని బుద్ధిగలవారి నడిగిరి. అందుకు బుద్ధి గల కన్యకలు మాకును మీకును ఇది చాలదేమొ. మీరు అమ్మువారి యొద్దకు పోయి కొనుక్కొనుడని చెప్పిరి. వారు కొన బోవుచుండగా పెండ్లి కుమారుడు వచ్చెను. అప్పుడు సిద్ధపడి యున్నవారు అతనితో కూడా పెండ్లి విందుకు లోపలికి పోయిరి. అంతట తలుపు వేయ బడెను ఆతరువాత తక్కిన కన్యకలు వచ్చి అయ్యా, అయ్యా, మాకు తలుపు తీయుమని అడుగగా అతడు మిమ్ము నెరుగనని మీతో నిశ్చయముగా చెప్పుచున్నానని అంటాడు. అందుకే ఆదినమైనను గడియ యైనను మీకు తెలియదు గనుక మెలకువగా సిద్ధపాటు కలిగి ఉండుడి అని అంటాడు.

ఇక్కడ పెండ్లి కుమారుడు యేసుప్రభువు. సంఘము పెండ్లి కుమార్తెకు సాదృశ్యముగా ఉంది. ఈసంఘములో ఉన్న రెండు

గుంపులుకు సాదృశ్యముగా బుద్ధిగల కన్యకలు మరియు బుద్ధిలేని కన్యకలుగా వర్ణిస్తున్నాడు. ఈరెండు గుంపులవారు యేసు ప్రభువు రాకకై ఎదురు చూస్తున్నవారే. బుద్ధిగల కన్యకలు యేసుక్రీస్తు నందు సంపూర్ణముగా ఎదిగిన వారు గాని బుద్ధిలేని కన్యకలు నామమాత్రపు క్రైస్తవులుకు సాదృశ్యంగా ఉన్నారు. వారు నిజానికి సత్యాన్ని సంపూర్ణంగా తెలిసుకోలేదు. వారిలో పరిశుద్ధాత్మ లేడు. పరిశుద్ధాత్మ అభిషేక తైలము వారిలో లేదు. "**అర్ధరాత్రివేళ** " 'పెం డ్లి కుమారుడు వస్తున్నాడు అని ప్రకటించారు. ఇప్పటివరకు మనము చెప్పుకున్నది అదే 'ఆదినమైనను గడియ యైనను మీకు తెలియదు గనుక మెలకువగా ఉండుడి"అనునదే.

ఇక్కడ దివిటీలు అనగా సిద్ధబాటు. దివిటీలలో నూనె పరిశుద్ధాత్మకు చిహ్నము. బుద్ధిగల కన్యకలు అనగా క్రీస్తుయేసునందు దేవుని ఉన్నత పిలుపునకు కలుగు బహుమానమును పొందవలెనని గురియొద్దకు పెరుగెత్తువారు (ఫిలిప్పు 3:14) అని చెప్పుకోవచ్చు. బుద్ధిలేని కన్యకల దివిటీలలో నూనే చాలినంత లేదనే విషయము స్పష్టముగా అర్ధమవుతుంది.అంటే వారు క్రీస్తు యేసు నందు సంపూర్ణంగా సిద్ధపడని వారు. మిగతావారిని కొద్దిగా నూనె ఇవ్వమని అడిగారు. పరిశుద్ధాత్మను అడిగితే ఇచ్చేది గాదు.

ఆత్మీయ లోకములో రక్షణ ఎవరికి వారు ప్రార్థించి పొందుకోవాలి. గాబట్టి నూనె తక్కువుగా ఉన్నవారు భూమి మీద ఉండిపోయారు. సంపూర్ణంగా యేసునందు జీవించినవారు యేసు ప్రభువు రెండవ రాకడలో ఎత్తబడ్డారు. ఈ ఎత్తబడినవారిని మొదటి గుంపుగా మనము పరిగణించవచ్చు. పరిశుద్ధత లేకుండా ఎవడూ దేవుని చూడలేడు.

రక్షణపొందికూడా పరిశుద్ధులుగా జీవించనివారు అనగా లోకానుసారముగా జీవించేవారు జీవపునరుత్థానములోకి ప్రవేశించలేరు.

అయితే యేసుక్రీస్తునందు విశ్వాసముంచి అప్పటికే చనిపోయి సమాధిచేయబడిన క్రైస్తవ విశ్వాసుల సంగతి ఏమిటి? భూమి మీద విడవబడిన విశ్వాసుల సంగతి ఏమిటి? వీటన్నిటికి మన దగ్గర సమాధానముంది. ముందు కొన్ని వందల సంవత్సరాలునుండి యేసుక్రీస్తునందు మృతులైన వారి సంగతి చూద్దాము.

ప్రభువు రాకడ వరకు సజీవులమై నిలిచియుండు మనము నిద్రించిన వారికంటె ముందుగా ఆయన సన్నిది చేరము.

(థెస్సలోనిక సంఘానికి వ్రాసిన మొదటి పత్రిక నాలుగవ అధ్యాయము 13 నుండి)

ప్రభువు మాటను బట్టి మీతో చెప్పున దేమనగా అనగా యేసు ప్రభువు పోలుకు తెలియజేసిన ప్రకారము ఆర్భాటముతోను ప్రధాన దూత శబ్దముతోను దేవుని బూరతోను పరలోకమునుండి ప్రభువు దిగి వచ్చునప్పుడు క్రీస్తు నందుండి మృతులైన వారు మొదట లేతురు. ఆమీదట సజీవులమై నిలిచియుండు మనము వారితో కూడ ఏకముగా ప్రభువును ఎదుర్కొనుటకు ఆకాశమండలమునకు మేఘములమీద కొనిపోబడుదుము. కాగా మనము సదాకాలము ప్రభువుతో కూడా ఉందుము.

కాబట్టి " గాబట్టి సహోదరులారా, **నిరీక్షణలేని యితరులవలె ఉండొద్దు.** ఇహలోక జీవితంలోనే గాదు అనగా మనము ఇప్పుడు ఈభూమి మీద జీవించియున్నప్పుడు మాత్రమే గాదు గాని మరణమైన అనంతరము కూడా మనకు ఒక నిశ్చయమైన జీవితం నిత్య జీవము

ఉన్నది. ఇది యేసు క్రీస్తు పునరుత్థానము వలన క్రైస్తవ విశ్వాసులకున్నగొప్ప నిరీక్షణ ఫలము. **మీరు ఈ మాటలచేత ఒకనినొకడు ఆదరించుకొనుడి మరియు** ఈవిషయమై స్థిరవిశ్వాసముతో కొనసాగమని తెస్సలోనిక సంఘానికి పౌలు వ్రాస్తున్నాడు.

గాబట్టి జీవపునరుత్థానములో ముందు వరుసలో యేసుక్రీస్తునందు మృతులైన వారు ఉంటారు.వారు భూమి మీద జీవించినప్పుడు యేసు క్రీస్తును రక్షకునిగా అంగీకరించి ఆయన యందు విశ్వాసములో ఆయన పోలికగా నడచుకొని సంపూర్ణసిద్ధి పొంది ఆయన రెండవ రాకడకై విశ్వాసంతో ఎదురు చూస్తూ ఎదురు చూస్తూ వయో భారంతో చనిపోయినవారు.

పునరుత్థానములో మనిషి ఎలా ఉంటాడు?

(మార్కుసువార్త 12:18-27 మరియు లూకా సువార్త 20:27-38)

యూదా జాతిలో సద్దుకయ్యులు పరిసయ్యులు అనబడే రెండు తెగలువారు ఉన్నారు. వీరు యూదా మతపెద్దలు. సద్దుకయ్యులు పునరుత్థానము లేదని నమ్మితే పరిసయ్యులు మాత్రము పునరుత్థానము ఉందని విశ్వసించేవారు. కుటుంబము పేరును నిలుపడానికి మరియు ఆకుటుంబము యొక్క ఆస్తి పరుల చేతిలోకి పోకుండా ఉండేందుకు వీలు కల్పిస్తూ, ఒక వ్యక్తి సంతానము లేకుండా చనిపోతే అతని తమ్ముడు విధవరాలైన తన అన్న భార్యను వివాహం చేసుకోవాలని మోషే ధర్మ శాస్త్రము నిర్దేశించింది (ద్వితీయోపదేశకాండము 25:5-10).

ఈ లేఖనము ననుసరించి **పునరుత్థానము లేదని చెప్పెడి సద్దూకయ్యులు** యేసును శోధించుటకు ఆయన యొద్దకు వచ్చి, బోధకుడా, తన భార్య బ్రతికియుండగా ఒకడు పిల్లలు లేక చనిపోయిన ఎడల వాని సహోదరుడు వాని భార్యను పెండ్లిచేసుకొని తనసహోదరునికి సంతానము కలుగజెయవలెనని మోషే ధర్మశాస్త్రము తెలియజేస్తుంది. అయితే ఏడుగురు సహోదరులుంటారు. మొదటివాడు ఒక్కస్త్రీని పెండ్లిచేసుకొని సంతానములేక చనిపోతాడు. గనుక రెండవవాడు ఆమెను పెండ్లిచేసికుంటాడు. వాడును సంతానములేక చనిపోతాడు. అటువలెనే మూడవవాడును చనిపోతాడు. ఇట్లు ఏడుగురును సంతానములేకయే చనిపోయారు. అందరి వెనుక ఆ స్త్రీయు చనిపోతాది. పునరుత్థానమందు వారిలో ఎవనికి ఆమె భార్యగా ఉండును? ఆమె ఆఏడుగురికిని భార్యగా ఉంటుందా? అని అడుగుతారు.

అందుకు యేసు వారిని "**మీరు లేఖనములును గాని దేవుని శక్తిని ఎరుగకపోవుటవలననే పొరబడుచున్నారు. గాబట్టి** ముందు లేఖనాలను సరిగ్గా చదివి అర్థం చేసుకోమంటాడు. మృతులలో నుండి లేచిన తరువాత ఎవ్వరూ ఇంకా పెండ్లి చేసికొనరు, పెండ్లికియ్యబడరు. ఈ వివాహ వ్యవస్థ సజీవులైన ఈ భూమిలో వున్న మనుష్యులు వరకే.

మృతుల పునరుత్థానమును పొందుటకు యోగ్యులని యెంచబడినవారు పరలోకములో **దేవదూత సమానులుగా దేవుని కుమారులై యుందురు లేక పరలోకమందున్న దూతలవలె నుందురు** గనుక వారు చావనేరరు **అని చెప్తాడు.** కాబట్టి ప్రియమైన సహోదరులారా, ఆయనను విశ్వసించినవారు మరణానంతరము

దేవుని సన్నిదిలో దేవదూతలవలె దేవునితో గడుపుతారని బైబిలు బోధిస్తుంది.

మృతులెలాగు లేతురు? వారెట్టి శరీరముతో వత్తురు (1 కొరింతు 15 వ అధ్యాయము)

అపోస్తలుడైన పౌలు కొరింతుపట్టణము లో పాపంతో నశించి పోతున్న వారికి యేసు ప్రభువు సువార్తను ప్రకటించాడు ఆ సువార్తను వారు అంగీకరించారు. తద్వార సంఘాన్ని నిర్మించాడు. తదుపరి ఆయన సువార్తను ఇతరప్రాంతాలలో ప్రకటించు చున్నప్పుడు ఈకొరింతు సంఘములో తప్పుడు భోధకులు ప్రవేసించి వారిలో ఉన్న విశ్వాసాన్ని చెడగొట్టారు. తత్పలితంగా కొరింతు సంఘములో ప్రభలుతున్న చీలికలు, తగాదాలు వచ్చాయి . వీటితో బాటు వీరి నడవడిక మరియు క్రైస్తవ విశ్వాసానికి పునాది లాంటి మృతుల పునరుత్థానముపై దుర్భోద లాంటి విషయాలపై పౌలుకు సమాచారము వచ్చింది. ' తాను చెడ్డకోతి వనమంతా చెడిపింద" అనే సూక్తి ప్రకారము యేసుక్రీస్తును విశ్వసించిన అనేకులు తమ రక్షణను పాడుజేసుకునే పరిస్థితి వచ్చింది అని పౌలు గ్రహించాడు.అబద్ధ బోదకులు అసత్యాన్ని బోదిస్తున్నప్పుడు ఆబోధ బైబిలులో వ్రాయబడిన లెఖనాల ప్రకారం ఉందా లేదా అని తెలుసుకోవాలసిన భాద్యతను పౌలువారికి గుర్త చేసాడు. తప్పుడు సిద్ధాంతము వినుటవలన కలిగే పెనుప్రమాదమును గుర్తించాలన్నాడు.

"క్రీస్తు మృతులలోనుండి లేపబడియున్నాడని ప్రకటింప బడుచుండగా మీలో కొందరు మృతుల పునరుత్థానము లేదని ఎట్లు చెప్పుచున్నారు? అని వారిని ప్రశ్నించాడు. లెఖనాలను బట్టి యేసుక్రీస్తు మనపాపముల నిమిత్తము మృతిపొందాడు, సమాది

చేయబడ్డాడు అలాగే లేఖనములు ఆయన మరణమును గురించి ముందుగా చెప్పినట్లే ఆయన మూడవ దినమున లేచాడు, పునరుత్థానము పొందిన తరువాత ఆయన అపోస్తలులందరికిని, ఆయన యందు విశ్వాసముంచిన అనేకమందికి కనిపించాడు. తనతో బాటు ఆయనను చూసిన అనేకమంది ఈ సువార్త వ్రాసిన సమయానికి ఇంకా బ్రతికే యున్నారు అని చెప్తూ మృతుల పునరుత్థానము లేదని చెప్పే తప్పుడు భోధకులకు కనువిప్ప కలిగేలా మరియు విశ్వాసులను తిరిగి సత్య మార్గములో నడిచేందుకు కొరింతీయులకు వ్రాసిన మొదటి పత్రిక 15 వ అధ్యాయములో పునరుత్థాన ప్రాధాన్యతను గూర్చి చక్కటి వివరణ ఇస్తున్నాడు.

పునరుత్థానమంటే దేవుడిచ్చే అర్థమేంటో పౌలు తెలియ జేస్తున్నాడు. క్రీస్తు మృతులలో నుండి లేచాడు . ఒక మనిషి మరణాన్ని జయించాడన్నదే ప్రభువైన యేసు పునరుత్థానములోని ప్రత్యేకత. ఆదాము దేవునికి అవిధేయుడగుట ద్వారా మరణం లోకం లోకి ప్రవేసించింది. మానవ జాతికి ఆదాము మొదటివాడు. అతని గర్భవాసము నుండి వచ్చిన ప్రతి మనిషికి మరణము వచ్చింది. అతడు చేసిన పనికి కలిగిన పరిణామాల నుండి ఏ ఒక్కరూ తప్పించుకోలేక పోయారు.

ఇప్పుడు పునరుత్థానము కూడా మనుష్యని ద్వారానే కలుగ వలెను. ఆమనుష్యుడే ప్రభువైన యేసుక్రీస్తు. యేసు చనిపోయి తిరిగి మరణం నుండి లేచాడు. అందుకే ఇతడు కడపటి ఆదాము అని పిలువబడ్డాడు. యేసు క్రీస్తు మరణానికి బదులు జీవాన్ని తెచ్చాడు.కాబట్టి ఆయనకు చెందినవారు మరలా బ్రతుకుతారు. హేబేలు మొదలుకొని విశ్వాసంలో మరణించిన వారంతా ఇంకనూ సమాధులలో యుండగా ప్రథమ

ఫలముగా యేసు ముందు లేచాడు. ప్రథమ ఫలము ఇక్కడ మృతులలో నుండి లేవవలసిన అనేకులలో మొట్ట మొదటి వాడని అర్థమిస్తుంది.అయితే యేసు తన రెండవ రాకడలో ఆయనను విశ్వసించిన ప్రతి విశ్వాసి తిరిగి సమాధులలో నుండి లేస్తాడు. అయితే మృతులు ఎలా లేస్తారనేదానిపైనే చాలా మందికి సందేహము.

ఈసందేహాన్ని తీర్చడానికి పౌలు కొన్ని ఉదాహరణలను మనకు చూపిస్తున్నాడు. విత్తిన ఒక విత్తనం పెరిగే ముందు అది మరణించాలి.ఆమరణించిన విత్తనం నుండి ఒక శరీరం (మొక్క/చెట్టు) వస్తుంది.ఆపైకి వచ్చిన మొక్క/చెట్టు మనం భూమిలో పాతిన విత్తనంలా ఉంటుందా?. భూమిలో మనం విత్తిందీ, కొంతకాలం తరువాత ఆవిత్తనం నుండి భూమిని చీల్చుకుంటూ పైకి వచ్చిన మొక్క ఒక్క రూపంలో ఉండవు.అయితే పెరిగిన మొక్క మాత్రము విత్తిన విత్తనం నుండి వచ్చినదే. పెరగవలసిన చెట్టును విత్తిన విత్తనమే నిర్ధారిస్తుంది.

మొదట విత్తనం చనిపోవాలి ఆతర్వాత విత్తనానికి పూర్తి భిన్నంగా ఉండే శరీరమొకటి మొలకెత్తుతుంది. విత్తనాలనుండి మొలకెత్తిన శరీరాల మధ్య ఉన్న బేదాలు గురించి ఇది తెలియజేస్తుంది. భూవస్తువుల మధ్య ఆకాశవస్తువుల మధ్య ఉన్న వ్యత్యాసాలను ఇది వివరిస్తుంది. ప్రకృతిని దేవుడు అలా నియమించాడు.. ఆయన ప్రతీదానికి ఒక ప్రత్యేక శరీరాన్ని ఒక ప్రత్యేక రూపాన్ని ఇచ్చాడు. ఆయన సమస్తానికి ఆధార భూతుడు. సమస్తాన్ని నడిపించేవాడు ఆయనే.సృష్టిలో కనబడే అద్భుతవస్తువులన్నీ దేవుని వెలుగునూ, మహిమను ప్రతిబింబిస్తున్నాయి.

అయితే పునరుత్థానంలో కనబడేది నూతన ప్రజలు. వారిలో రక్త మాంసములు ఉండవు. వీరు నూతన భూమిపై ఆకాశ మహిమతో కూడిన

దేహంతో నివసించే ప్రజలు.అక్కడ ఏ పాపము ఉండదు. ప్రతీవానికి తగిన శరీరాలు దేవుడు అనుగ్రహిస్తాడు. పునరుత్థాన దేహంలో ప్రతిదీ అద్భుతంగానే ఉంటుంది. పునరుత్థాన దేహాన్నికుండే జీవం ఆత్మీయ దేహం. ఆదేహాని కుండే ప్రతి అవసరాన్ని పరిశుద్ధాత్ముడు తీరుస్తాడు.

ఈసందర్భములోనే పౌలు ఈమాట అంటున్నాడు. "ఓ అవివేకీ, నీవు విత్తునది చచ్చితేనేగాని బ్రతికింపబడదుగదా. నీవు విత్తు దానిని చూడగా అది గోధుమ గింజయైనను సరే, మరి ఏ గింజ అయినను సరే, వట్టి గింజనే విత్తుచున్నావు గాని పుట్టబోవు శరీరమును విత్తుట లేదుగదా. అయితే దేవుడే తన చిత్తప్రకారము నీవు విత్తిన దానికి శరీరము ఇస్తున్నాడు. మరియు ప్రతి విత్తనానికి దాని దాని శరీరము ఇచ్చు చున్నాడు. మాంసమంతయు ఒక విధమైనది కాదు. మనుష్య మాంసము వేరు, మృగమాంసము వేరు, పక్షిమాంసము వేరు, చేప మాంసము వేరు. అలాగే మృతుల పునరుత్థానము కూడా. శరీరము క్షయమైనదిగా విత్తబడి అక్షయమైనదిగా లేపబడును. ఘనహీనమైనదిగా విత్తబడి మహిమ గలదిగా లేపబడును. బలహీనముగా విత్తబడి బలమైనదిగా లేపబడును. ప్రకృతిసంబంధమైన శరీరమున్నది గనుక ఆత్మసంబంధమైన శరీరము కూడా ఉన్నది".

ఆత్మ సంబంధమైనది మొదట కలిగినది గాదు. ప్రకృతి సంబంధమైనదే మొదటకలిగినది. తరువాత ఆత్మ సంబంధమైనది. ఆదాము అనబడే మొదటి మనుష్యుడు భూసంబంధియై మట్టినుండి పుట్టినవాడు. అతనిలో ఆత్మ తరువాత వచ్చినది. అతని నాసికారంధ్రములో దేవుడు తన ఆత్మను ఊదగా వచ్చినది. అదేరీతిగా

శరీరముగా విత్తబడిన మన మానవ శరీరమునుండి పునరుత్థానము వస్తుంది. అందుకు సాక్ష్యము ఇప్పుడు ప్రథమ ఫలంగా మరణించి పునరుత్థానుడై లేచిన యేసే.

పౌలు ఈసందర్బముగా ఒక మర్మము తెలియ జేయుచున్నాడు. అదేమంటే: మనమందరము నిద్రించముగాని నిమిషములో ఒక రెప్పపాటున కడబూర మ్రోగగానే మనమందరము మార్పు చెందుతాము. బూర మ్రోగును. అప్పుడు మృతులు అక్షయులుగా లేపబడుదురు. మనము మార్పు పొందుదుము. క్షయమైన ఈ శరీరము అక్షయతను ధరించుకొనవలసియున్నది. ఈ క్షయమైనది అక్షయతను ధరించుకొనినప్పుడు; ఈ మర్త్యమైనది అమర్త్యతను ధరించుకొనినప్పుడు విజయమందు మరణము మ్రింగివేయబడెను అని వ్రాయబడిన వాక్యము నెరవేరును. ఓ మరణమా, నీ విజయమెక్కడ? ఓ మరణమా, నీ ముల్లెక్కడ? మరణపుముళ్లు పాపము.

ఇక్కడ క్షయమైన ఈ శరీరము అక్షయతను ధరించుకోవాలి; మృతులు అక్షయులుగా లేపబడుదురు; క్షయమైనది ఆక్షయమైనది ధరించు కొన్నప్పుడు; మర్త్యమైనది అమర్త్యతను ధరించు కొనినప్పుడు అనే పదాలు వాడాడు. క్షయమైన శరీరము అనగా మృతమైన శరీరము. ఇది శాశ్వతమైన శరీరముగా రూపొందవలసి యుంది. మర్త్యత అనగా మృతుల కాని సజీవుల శరీరము. ఇది పరలోకానికి తగినది కాదు. వీరి శరీరము అమర్త్య శరీరముగా అనగా అమరత్వము (శాశ్వతమైనది) కలిగియుండాలి.క్రీస్తు తిరిగి వచ్చినప్పుడు అలాంటి అమర్త్యమైన శరీరాన్ని పొందుతాం కొత్త భూమికి కొత్త ఆకాశానికి సరిపడే విధంగా ఈశరీరం పరలోకపు శరీరంగా మార్పుచెందుతుంది.ప్రకృతి ధర్మాలకు

అతీతంగా ఉండే ఆత్మ సంబంధమైన అసాధరణమైన శరీరమవుతుంది.

ఈమొదటి దశ పునరుత్థాన ప్రక్రియ అంతా యేసుక్రీస్తు మధ్యాకాశములోయుండగానే జరుగుతుంది. ఈజీవ పునరుత్థానములో పాలి భాగస్తులైనవారందరు క్రీస్తు వెయ్యేండ్ల పాలనలో పాలిభాగస్తులవుతారు. ఈజీవ పునరుత్థానం మొదటి దశ పూర్తవగానే మహాశ్రమల కాలములో అది పూర్తవుతుంది.

తీర్పు పునరుత్థానము

యేసు ప్రభువు భూమి మీద పరిచర్య చేస్తున్నప్పుడు తన శిష్యులతో చెప్పిన ఈమాటలు గమనించండి

మత్తయి 25;31 నుండి చదివితే తీర్పు పునరుత్థానసాదృశ్యము ఈరకంగా ఉంటుందని వివరిస్తున్నాడు.

"తన మహిమతో మనుష్య కుమారుడును ఆయనతో కూడా సమస్త దూతలును వచ్చినప్పుడు ఆయన తన మహిమ గల సింహాసనము మీద ఆసీనుడై యుండును. అప్పుడు **సమస్త జనములు ఆయన ఎదుట పోగు చేయబడుదురు;** గొల్లవాడు **మేకలలో నుండి గొ[ర్రెలను వేరుపరచునట్లు** ఆయన వారిని వేరుపరచి;

తన కుడి వైపునున్న వారిని చూచి 'నాతండ్రి చేత ఆశీర్వదింపబడినవారులారా, రండి; లోకము పుట్టినది మొదలుకొని మీకొరకు సిద్ధపరచబడిన రాజ్యమును స్వతంత్రించుకొనుడి. నేను ఆకలి గొంటిని, మీరు నాకు భోజనము పెట్టితిరి. దప్పిగొంటిని, నాకు దాహమిచ్చితిరి, పరదేశినై యుంటిని నన్ను చేర్చుకొంటిరి. దిగంబరినై యుంటిని, నాకు బట్టలిచ్చితిరి. రోగినై యుంటిని నన్ను చూడవచ్చితిరి. చెరసాలలో ఉంటిని. నాయొద్దకు వచ్చితిరి అని చెప్పును.

అందుకు నీతిమంతులు 'ప్రభువా ఎప్పుడు నీవు ఆకలి గొనియుండుట చూచి నీకాహర మిచ్చితిమి; నీవు దప్పి గొనియుండుట చూసి ఎప్పుడు దాహమిచ్చితిమి; ఎప్పుడు పరదేశివై యుండుట చూచి నిన్ను చేరుకొంటిమి? దిగంబరివైయుండుట చూచి బట్టలిచ్చితిమి? ఎప్పుడు రోగివై యుండుటయైనను చెరసాలలో ఉండుటయైనను చూచి నీయొద్దకు వచ్చితిమి అని ఆయనను అడుగుతారు

అందుకు రాజు మిక్కిలి అల్పులైన ఈ నా సహౌదరులలో ఒకనికి చేసితిరి గనుక నాకు చేసినట్లే అని నిశ్చయముగా మీతో చెప్పుచున్నానని వారితో అంటాడు.గాబట్టి మీరు నిత్య జీవమునకు పోవుదురు.   నీతిమంతులు తమ తండ్రి రాజ్యములో సూర్యునివలె తేజరిల్లుదురు (మత్తయి 13:43) నీతిమార్గము ననుసరించి నడుచుకొనునట్లు ఎవరు అనేకులను త్రిప్పుదురో వారు నక్షత్రములవలె నిరంతరము ప్రకాశించెదరు. (దానియేలు12:3)

ఎడమవైపున ఉండు వారిని చూచి 'శపింపబడినవారులారా'
నన్ను విడిచి అపవాదికి(సాతాను)ని వాని దూతలుకును సిద్ధపరచిన నిత్యాగ్ని లోనికి పోవుడి. నేను ఆకలి గొంటిని. మీరు నాకు భోజనము పెట్టలేదు. దప్పిగొంటిని. మీరు నాకు దాహమియ్యలేదు; పరదేశినై యుంటిని. మీరు నన్ను చేర్చుకోలేదు. దిగంబరినై యుంటిని మీరు నాకు బట్టలియ్యలేదు, రోగినై చెరసాలలో యుంటిని మీరు నన్ను చూడా చూడ రాలేదు అని చెప్పును. అందుకు వారునూ 'ప్రభువా, మేమెప్పుడు నీవు ఆకలి గొని యుండుట యైనను, దప్పిగొనియుండుటయైనను, పరదేశివైయుండుటయైనను, దిగంబరివై యుండుటయైనను రోగివై యుండుటయైనను చెరసాలలో యుండుట

యైననూ చూచి నీకు ఉపకారము చేయక పోతిమని ఆయనను అడిగెదరు.

అందుకాయన మిక్కిలి అల్పులైన వీరిలో ఒకనికైనను మీరు ఈలాగు చెయ్యలేదు గనుక నాకు చేయలేదని మీతో నిశ్చయముగా చెప్పుచున్నానని చెప్పుచున్నానని వారితో అనును. వీరు నిత్యశిక్షకుపోవుదురు.

ఈవాక్యమును గూడా చూడండి. "మరియు **దవళమైన మహ సింహాసనమును** దానియందు ఆసీనుడైయున్న ఒకనిని చూచితిని. **భూమ్యాకాశములు ఆయన సముఖమునుండి పారిపోయెను**. వాటికి నిలువ చోటు కనబడక పోయేను.మరియు గొప్పవారేమి కొద్దివారేమి మృతులైన వారందరు ఆసింహాసనము ఎదుట నిలువయుండుట చూసితిని. అప్పుడు **గ్రంథములు విప్పబడెను.** మరియు జీవగ్రంథమును వేరొక గ్రంథమును విప్పబడెను. ఆగ్రంథములయందు వ్రాయబడియున్న వాటిని బట్టి **తమ క్రియల చొప్పున మృతులు తీర్పు పొందిరి.** సముద్రము తనలో ఉన్న మృతులను అప్పగించెను. మరణమును, పాతాళలోకమును వాటి వశమున నున్న మృతులనప్పగించెను. వారిలో ప్రతీవాడును తన క్రియల చొప్పున తీర్పు పొందెను (ప్రకటన 20:11-13)

పైవాక్యాలను గమనించారా ,సహొదరి సహొదరులారా, **భూమ్యాకాశములు ఆయన సముఖమునుండి పారిపోయెను.** వాటికి నిలువ చోటు కనబడక పోయెను. ఈవాక్యము ఈ సృష్టి అంతాన్ని తెలియ జేయుచున్నది. అణుయుద్ధము చాలు ఈభూమి అంతా నాశనము అవడానికి. భూమి మీద సమస్త జనములు యొక్క ఆత్మలు గొప్పవారేమి కొద్దివారేమి (బంకర్లలో దాగుకున్నా లేక వేరే గ్రహంలో

దాగుకున్నా మినహాయింపు ఏమీ లేదు) మృతులైన వారందరు ఆసింహాసనము ఎదుట నిలువబడి యుండవలసిందే. గ్రంథాలు తెరువబడతాయి. మనము ఈ ఆదునిక కాలములో టెలివిజన్ చానల్స్ , సోషల్ మీడియా, సి సి కెమేరాలు ద్వారా సమస్తమును వీక్షించు చున్నామొగదా. అలాగే భూమి మీద సమస్త జనులు వారు చేయు క్రియలు దేవుని) దూతల పర్యవేక్షణ క్రిందనే ఉన్నారు.. వారి క్రియలు అన్నీ గ్రంథములయందు లిఖించబడుతున్నాయి. గ్రంథములు విప్పబడ్డాయి. ఆగ్రంథముల యందు వ్రాయబడుతున్న వాటిని బట్టి దవళసింహాసనముపై కూర్చుండు వాని ఎదుట తమ క్రియల చొప్పున మృతులు తీర్పు పొందుట చూస్తాము అని పరిశుద్ధ గ్రంథము చెప్పుతుంది.

ఇక్కడ దవళసింహాసనము మీద యేసు క్రీస్తు ఆసీనుడైయుంటాడు. ఆయన ఎదుట జరిగే తీర్పులో మృతులైనవారు రెండు వర్గాలుగా విభజింప బడ్డారు. ఒక వర్గం వారు కుడి చేతి వైపున ఉన్నారు . వీరు గొర్రెల సాదృశ్యముగా వర్ణింపబడ్డారు. ఆసింహాసనాసీనుడైన వాడు వారితో " నాతండ్రి చేత ఆశీర్వదింపబడినవారులారా, రండి; లోకము పుట్టినది మొదలుకొని మీకొరకు సిద్ధపరచబడిన రాజ్యమును స్వతంత్రించుకొనుడి" అని వారిని ఆహ్వానిస్తున్నాడు.

ఆయోగ్యతకు ఆయన చెప్పే కారణం వారు ఆయన ఆకలి గొనగా అన్నము పెట్టారు. దప్పిగొనగా దాహమిచ్చారు, పరదేశియై యుండగా ఆయనను చేర్చుకొన్నారు. దిగంబరియై యుండగా బట్టలిచ్చారు. రోగియై యుండగా ఆయనను చూడవచ్చి ఓదార్చారు . చెరసాలలో ఉండగా ఆయన యొద్దకు వచ్చిపరామర్శించారుఅని **వారి వారి**

దయాగుణములను బట్టి వారికి ఆయన తండ్రి రాజ్యానికి అర్హులనుగా చేసాడు.

అలాగే ఇంకో వర్గము వారు ఎడమ చేతి వైపు నిలుచుని ఉన్నారు. వారు మేకల సాదృశ్యములో వర్ణింపబడియున్నారు. వీరు అపవాదికి(సాతాను)ని వాని దూతలుకును ఎక్కువ ఆతిథ్యమిచ్చిన వారిగా వర్ణింపబడుతున్నారు. వీరిలో ఎక్కడ దయాగుణము ఉన్నట్టు కనబడడం లేదు.

వారిని చూసి 'శపింపబడినవారులారా' నన్ను విడిచి అపవాదికి(సాతాను)ని వాని దూతలుకును సిద్ధపరచిన నిత్యాగ్ని లోనికి పోవుడి' అని అనడం చూస్తాము. అయితే దేవుడు ఏమానవుడు నిత్యాగ్నిలోకి ప్రవేసింపకుందునట్లు సువార్త ప్రకటించి వారు రక్షింపబడులాగున దీర్ఘశాంతము వహిస్తున్నాడు. అందుకే ఆయన రెండవ రాకడ ఆలస్యమవుతుంది. గాబట్టి అందరూ ఈవిషయాన్ని గ్రహించి చెడ్డక్రియలు మాని మారుమనస్సు కలిగి రక్షణ పొందడండ్వారా నీతిమంతునిగా జీవించమని బైబిలు చెప్పేది.

ఈ తీర్పు ఎప్పుడు జరుగుతాది? (ప్రకటన 20 వ అధ్యాయము)

బైబిలు లోని వాక్యము చెప్పే ప్రకారము పరలోకమునుండి యేసుక్రీస్తు మధ్యాకాశానికి వచ్చినప్పుడు జీవ పునరుత్తానము చోటు చేసుకుంటుంది. అక్కడ ఆయన జీవ పునరుత్తానము పొందిన విశ్వాసులతో ఏడు ఏండ్లు ఉంటాడని బైబిలు చెప్పుతుంది. ఆ ఏడు సంవత్సరాల కాల సమయంలో ఇశ్రాయేలు దేశము కేంద్రముగా ప్రపంచములో గొప్ప రాజకీయ పరిణామాలు చోటు చేసుకుంటాయి.

భూమి మీద శ్రమలు కాలము . ఆయేడు ఏండ్లు పూర్తయ్యేనాటికి యేసు ప్రభువు తన పరిశుద్ధులతో భూమి మీదకు దిగి వస్తాడు. హర్మగెద్దోను యుద్ధంలో తన ప్రత్యర్థులనందరిని ఓడించి దావీదు సింహాసనముపై కూర్చుండి 1000 ఏళ్లు పరిపాలన చేస్తాడు. ఈసమయములో సాతాను అగాధములో బంధించబడియుంటాడు. యేసు ప్రభువు పరిపాలన చేస్తున్న ఈసమయంలో ప్రజలు సుఖ శాంతులతో జీవిస్తారు.

ఈవెయ్యేళ్ల పరిపాలన అనంతరం సాతానుడు అగాదము నుండి విడుదల కాబడుతాడు. అనంతరము ఇంచుమించు మూడున్నర సంవత్సరాలు తరువాత ఈసాతానుడు భూమి నలు దిశలనుండి లెక్కకు సముద్రపు ఇసుక వలె ఉన్న ప్రజలను మోసపరచి, ప్రేరేపించి యేసుప్రభుతో యుద్ధానికి సిద్ధపరుస్తాడు. వారు భూమియందంతట వ్యాపించి, పరిశుద్ధుల శిబిరమును ప్రియమైన పట్టణమును ముట్టడి వేయగా పరలోకమునుండి అగ్ని దిగివచ్చి వారందరిని దహించివేస్తాది. వారిని మోసపరిచిన అపవాది (సాతానుడు) , అబద్ధప్రవక్త అగ్ని గంధకములుగల గుండములో పడవేయబడతారు. వారు యుగ యుగములు రాత్రంబగళ్ళు భాదింపబడతారు. ఈయుద్ధముతో సృష్టి లయము చేయబడుతుంది.

ధవళమైన మహాసింహాసనమును దానియందు ఆసీనుడైన ఒకనిని చూసితిని . భూమ్యాకాశములు ఆయన సముఖమునుండి పారిపోయెను. వాటికి నిలువచోటు కనబడకపోయెను. అని వాక్యము చెప్పుతుంది. ఈసంఘటనతో సృష్టి లయము చేయబడినట్లే. అప్పుడు ధవళసింహాసనము ఎదుట తీర్పు మొదలవుతాది.ఈతీర్పు తీర్చబడే కాలమునే తీర్పుపునరుత్థానము అంటారు.

తీర్పు సమయంలో విమర్శకు వచ్చే అంశములు

"గూఢమైన ప్రతీ అంశమునుగూర్చి దేవుడు విమర్శ చేయునప్పుడు ఆయన ప్రతీక్రియను అది మంచిదేగాని చెడ్డదేగాని తీర్పులోనికి తెచ్చును (ప్రసంగి 12:14).

"తాను జరిగించిన క్రియల చొప్పున అవి మంచివైన సరే చెడ్డ వైన సరే దేహముతో జరిగించిన వాటిఫలములను ప్రతీవాడు పొందునట్లు మనమందరము క్రీస్తు న్యాయపీఠము ఎదుట ప్రత్యక్షము కావలసియున్నాము ((2 కొరింతి 5:10).

"మనుష్యులు పలుకు ప్రతీవ్యర్థమైన మాటలు తీర్పులోకి వచ్చును" (మత్తయి 12:14);

ప్రతీ రహస్యము తీర్పులోకి వచ్చును (రోమా 2:16)

తండ్రి చిత్తప్రకారము నడువనివారు, అక్రమముగా నడుచువారు (మత్తయి 7:21-23),

అన్యాయస్తులు, జారులు, వ్యభిచారులు ఆడంగితనముగలవారు, పురుషసంయోగులు దూషకులు, దోచుకొనువారు దేవుని రాజ్యమునకు వారసులు

కానేరరు (1కొరింతి 6:9-10) ఈలక్షణములు గలవారందరు ఈ తీర్పులోకి వస్తారని దేవుని వాక్యము చెపుతుంది.

ఈ పునరుత్థానము అర్థం చేసుకోవడానికి సగటు మనిషికి/విశ్వాసికి ఇంతవరకు చాలు. ప్రకటన గ్రంథములో ఈతీర్పు ఎవరెవరికి? ఎలాగు జరుగుతాది అనే విషయాలు, ఇంకా అనేక సంఘటనలు స్పష్టంగా వ్రాయబడియున్నవి. అలాగే పునరుత్థానములో మొదటి

పునరుత్థానమని, రెండవ పునరుత్థానమని, మొదటి మరణము రెండవమరణము అని చాలా విషయాలు ఉన్నవి. ఇంకా లోతులలో వెలితే అయోమయముతో బాటు అనార్థాలు కలుగుతాయి. ఎందుకంటే ఇవి భవిషత్ కు సంబంధించిన విషయాలు. ఆనాడు యేసు ప్రభువు గూర్చి చెప్పిన లేఖనాలు, వాటి నెరవేర్పులు, వాటి గ్రహింపు ఆకాలంలో యేసు ప్రభువు స్వకీయులకే అర్థంకాలేదు. ఇంకా సగటు మనిషికి ఏమి అర్థం అవుతాది. ఈరెండువేల సంవత్సరాల కాలంలో దేవుడు చెప్పిన లేఖనాలు వాటి నెరవేర్పులు ఈలోకంలో జరుగుతున్న పరిణామాలు చూసి సగటు మనిషి ఇప్పుడిప్పుడే అర్థంచేసుకుంటున్నాడు. దేవుని దగ్గరికి వస్తున్నాడు. దేవుడు ఎవరిని ఏర్పరచుకున్నాడో వాళ్లకే అర్థమవుతున్నాయి. గ్రహించిన ప్రతీవాడూ మారు మనస్సు పొంది ఆయనను అంగీకరించడం ద్వారా ఇహలోక సౌక్యములతో బాటు మన మరణానంతరము కూడా దేవుని సన్నిదిలో నిత్యజీవము కలిగి జీవించాలన్నదే రచయిత ధ్యేయం.

పరలోకవైభవము- దేవుని మహిమ- విశ్వాసుల నిరీక్షణా ఫలము

"దేవుడు దేనికి శిల్పియు నిర్మాణకుడునై యున్నాడో పునాదులు గల ఆపట్టణము కొరకు అబ్రహాము ఎదురు చూచు చుండెను (హెబ్రీ 11:10).

అబ్రహాము మట్టుకే గాదు పాతనిబంధన భక్తులు హేబేలు, హానోకు, మోషే, రాహబు, గిద్యోను, సమ్సోను, దావీదు లాంటి వారు ఎదురు చూచు ఆ పరలోక పట్టణము కార్యరూపము దాల్చబోతుంది. "ఏలయనగా ఆవాగ్దానముల ఫలము అనుభవింపక పోయినను దూరమునుండి చూచి వందనము చేసి తాము భూమి మీద పరదేశులమును యాత్రికులమునై యున్నామని ఒప్పుకొని విశ్వాసము గలవారై మృతి నొందిరి" అని హెబ్రీయులకు వ్రాసిన పత్రిక 11 వ అధ్యాయము చెప్పుతుంది

అవును సహోదరీ సహోదరులారా, పైన పేర్కొనబడిన పాతనిబంధన భక్తులు మాత్రమే గాదు గాని యేసుక్రీస్తు రక్తమందు కడగబడి విమోసింపబడిన వారందరూ ఎదురుచూచు నిరీక్షణ ఫలమే ఈపరలోక రాజ్యము.

మన పౌర స్థితి పరలోకమందున్నదని, మనము ఈలోకమందు యాత్రికులము పరదేశులమని (1పేతురు 2:11)మనకొరకు నివాస స్థలాలు అక్కడ సిద్ధపరచబడియుంటాయని నమ్మి అనేక శ్రమలు

అవమానాలు భరించి, యేసు ప్రభువుని మనరక్షకునిగా అంగీకరించి ఆయన కొరకు నీతిమంతులుగాను పరిశుద్ధులుగాను తీర్చబడి ఎలాగున ఆయన కొరకు కనిపెట్టుకొని యున్నామో (పిలిప్పి 3:20) ఆకల నెరవేర్పే ఆపరలోక పట్టణ వైభవము.

ఇది త్వరలో సంబవింపబోవు పరిణామము. త్వరలో సంబవింప బోవునైయున్న ఈసంగతులు దేవుడైన యెహోవా తనకుమారుడైన యేసుక్రీస్తుకు తెలియజేసిన సంగతులు ఇవి. వీటిని యేసు ప్రభువు తన దాసుడైన యోహానుకు ప్రత్యక్షపరచి ఒక గ్రంథముగా వ్రాయించి తన సంఘాలకు తెలియజేయచెప్పమనగా రచించిన గ్రంథము ఈ ప్రకటన గ్రంథము.

ఆదికాండములో వివరించబడిన ఈ మొదటి సృష్టి నిర్మాణము మాదిరిగానే యుగాంతములో ప్రస్తుతమున్న ఈ భూమి ఈ ఆకాశము లయమై పోయిన తరువాత సృష్టించబడే ఆపరలోకము చివరి సృష్టిగా చేయబడుతుంది. ఇది దేవుని నివాస స్థలము. (ప్రకటన 21:3)

వారితోబాటు యేసు ప్రభునందు విశ్వాసముంచి ఏర్పరచబడిన ఇశ్రాయేలీయులు ఉంటారు. యేసుక్రీస్తు రక్తమందు కడగబడిన విశ్వాసులు ఉంటారు సంఘకాలనికి ముందు సంఘకాలము తరువాత యెహోవా దేవునియందు విశ్వాసముంచిన అన్యజనులందరూ ఉంటారు.దేవుడు తన బిడ్డలతో కలిసి మరియు తన బిడ్డలు దేవునితో కలిసి జీవించుటకు అనుకూలమైన నూతన సృష్టిక్రమము జరిగించుట యోహాను భక్తునికి చూపిస్తున్నాడు.

ఆ పరలోకములో మరణం ఉండదు; వేదన ఉండదు; దు:ఖము ఉండదు, చెమట ఉండదు; రక్తము ఉండదు , వివాహము ఉండదు;

సూర్యుడుండడు, చంద్రుడుండడు. శాపగ్రస్తమైనదేదీ ఉండదు.అయితే ఈపరలోకములో దేవునితో ఎల్లప్పుడు శాంతి సంతోషములతో నీతి నియమలతో ఆనంద సంతోషాలతో నిత్యము గడపడమే నిత్యజీవము. ఈసందర్భములో **ప్రకటన గ్రంథము 21 మరియు 22 వ ఆధ్యాయములు ఏమి చెప్పున్నాయో ఒకసారి చూద్దామా?**

1. అంతట నేను **క్రొత్త ఆకాశమును క్రొత్త భూమిని** చూచితిని. **మొదటి ఆకాశమును మొదటి భూమియు గతించి పోయెను సముద్రము ఇకను లేదు** (ప్రకటన 21:1).

   ఈ క్రొత్త ఆకాశము, క్రొత్త భూమి గురించి యెషయ ప్రవక్త సుమారు క్రీస్తు పూర్వము 750 సంవత్సరముల క్రితమే ప్రవసించాడు."ఇదిగో నేను క్రొత్త ఆకాశమును క్రొత్తభూమిని సృజించుచున్నాను. **మునుపటివి మరువబడును. జ్ఞాపకమునకు రావు** (యెషయ 65:17). మునుపటివి అనగా పరలోకములో దేవునితో నివసించే మన ఆత్మకు భూమి మీద మన నివసించేటప్పుడు చేయు ఏక్రియగాని రక్త పోషములు గాని గుర్తుకు రావు.

   పేతురు కూడా తన రెండవ పత్రిక 3: 10,11లో ఆదినమున ఆకాశములు మహా ధ్వనితో గతించి పోవును. పంచభూతములు మిక్కుటమైన వేండ్రముతో లయమై పోవును. భూమియు దానిమీద ఉన్న కృత్యములు కాలిపోవును.

   "ఆదియందు నీవు భూమికి పునాది వేసితివి. ఆకాశములు కూడా నీచేతి పనులే. అవి నశించును గాని నీవు నిలిచియుందువు.

అవన్నియు వస్త్రమువలె పాతగిలును. ఒకడు అంగ వస్త్రమును తీసివేయునట్లు నీవు వాటిని తీసివేయుదువు (కీర్తన 102:25,26)అని పాత సృష్టి గతించి పోవుటను గూర్చి కీర్తనకారుడు కూడా ముందుగానే ప్రవసించాడు.

పాత సృష్టి లయమై పోవడానికి కారణం ఆదాము చేసిన దేవుని ఆజ్ఞాతి క్రమము. తద్వార పాపమును, పాపము ద్వారా మనుష్యుడు శపించబడ్డాడు. తద్వార పాపము విస్తరించబడింది. పాపపు ఆలోచనలు పలితంగా ఈసృష్టి అనేక వడిదుడుకులకు మరిముఖ్యముగా కరువు కాటకాలకు, భూకంపాలకు యుద్ధాలకు నిలయమై విపరీతమైన పరిణామాలకు దారితీసి నాశనము వైపుగా ప్రయాణించి లయము చేయబడుతుంది. ఈనేపథ్యములో నూతన సృష్టి జరుగుతుంది.

ఈనూతన పరచు క్రమములో ఇక సముద్రము ఉండదు. ఎందుకంటే మొదటి మానవుడైన ఆదాము మొదలుకొని తనను విశ్వసించి విమోసించబడిన ఆఖరు వ్యక్తి వరకు ఆనూతన భూమిలో జీవించాలి గాబట్టి నూతనంగా చేయబడిన భూమి అంతా దేవుడు విమోసింపబడిన మనుష్యులతో నిండియుంటుంది. సముద్రముతో పనిలేదు. జీవనదులుంటాయి.

నేను సృజింపబోవు క్రొత్త ఆకాశమును క్రొత్త భూమియు లయముగాక నాసన్నిదిని నిలుచునట్లు నీసంతతియు నీనామము నిలిచి యుండును గాక ఇదే యెహోవా వాక్కు. (యెషయ 66:22) అని దేవుడైన యెహోవా తన కుమారుడైన యేసు ప్రభువుకు ఆయన సంతతికిని మరియు నీ నామమున నిలిచియుండు వారందరికి అభయమిస్తున్నాడు. దానినే

యెషయ ప్రవక్త ద్వారా పలికించాడు. ఈనూతన భూమిలోకి నూతన యెరుషలేము అను దేవుని పరిశుద్ధ పట్టణము ఒక రాజధానిగా అవతరించబోతుంది. ఈనూతన యెరుషలేము అనేరాజధాని భూమి మీద ఏర్పరచబడదు. అది పరలోకమునుండి క్రొత్త భూమి మీదకు దిగి వస్తాది. అది దేవుని నివాసము. దాని వైభవము గూర్చి ప్రకటన 21,22 అధ్యాయాలలో చక్కగా వివరించబడింది.

2. నేను నూతనమైన యెరుషలేము అను ఆ పరిశుద్ధ పట్టణము తన భర్తకొరకు అలంకరించబడిన పెండ్లి కుమార్తె వలె సిద్ధపడి పరలోక మందున్న దేవుని యొద్దనుండి దిగివచ్చుట చూచితిని అని యేసుక్రీస్తు ప్రియమైన శిష్యుడు తనకు కలిగిన ప్రత్యక్షతను బట్టి వ్రాసాడు. మరియు ఆ పరిశుద్ధ పట్టణము దేవుని మహిమ గలదై యుండుననని, దానియందలి వెలుగు ధగ ధగ మెరయు సూర్యకాంతముువంటి అమూల్య రత్నమును పోలియున్నది అంటున్నాడు. ఆపట్టణమునకు ఎత్తైన గొప్ప ప్రాకారమును పండ్రెండు గుమ్మములును ఉండెను. ఆగుమ్మముల యొద్ద పన్నిద్దరు దేవదూతలుండిరి. ఇశ్రాయేలీయుల పండ్రెండు గోత్రముల నామములు ఆగుమ్మముల మీద వ్రాయబడియున్నవి. తూర్పు వైపున మూడు గుమ్మములు, ఉత్తర వైపున మూడు గుమ్మములు, దక్షిణవైపున మూడు గుమ్మములు , పశ్చిమవైపున మూడు గుమ్మములున్నవి. ఆపట్టణపు ప్రాకరము పండ్రెండు పునాదులు గలది. ఆపునాదులపైన గొర్రెపిల్లయొక్క పండ్రెండు అపోస్తలుల పేర్లు కనబడుచున్నవి అని భక్తుడు వ్రాస్తున్నాడు.

నూతన యెరుషలేము అంటే నూతనమైనదే. ఇప్పుడు ఇశ్రాయేలు దేశములో నున్న యెరుషలేము గాదు. యేసు ప్రభువు తన రెండవరాకడలో భూమి మీద ప్రస్తుతమున్న ఈయెరుషలేమును రాజధానిగా చేసుకొని 1000 సంవత్సరాలు పరిపాలించిన తర్వాత జరుగబోవు పెద్ద యుద్ధములో ప్రస్తుతమున్న భూమి ప్రస్తుతమున్న యెరుషలేము గతించిపోతాది అని వాక్యము చెప్తుంది. ఇప్పుడున్న ఆకాశమును భూమియు భక్తిహీనుల తీర్పును నాశనమును జరుగు దినముపరకు అగ్నికొరకు నిలువచేయబడినదై అదేవాలయముపలన భద్రపరచబడియున్నది (2 పేతురు 3:7)

ఈనూతన యెరుషలేముకు పరిశుద్ధపట్టణమనియు, దేవుని పట్టణమనియు, పరలోకపు యెరుషలేము అనియు ఇంకా అనేక పేర్లతో పిలువబడుచున్నది. ఈనూతన యెరుషలేములో ఎర్పరచబడిన వారందరూ దేవునితో జీవిస్తారు.ఇంచుమించు 1500 మైళ్ల పొడవు,1500 మైళ్ల వెడల్పు,1500 మైళ్ల ఎత్తు ఉన్న ఈనూతన యెరుషలేము అను పట్టణములో ప్రకాశించుటకై సూర్యుడైనను చంద్రుడైనను అక్కర్లేదు. దేవుని మహిమయే దానిలో ప్రకాసించుతూ ఉంటాది. గొర్రెపిల్లగా వర్ణించబడిన యేసుప్రభువు యొక్క వెలుగే దానికి దీపము.

దానిలో ఏదేవాలయము నాకు కనబడలేదు అని భక్తుడు వ్రాస్తున్నాడు. సర్వాధికారియైన దేవుడగు యెహోవా మరియు ప్రభువును గొర్రెపిల్లయగు యేసు ప్రభువే స్వయంగా దానిలో జీవించు చుండగా అందులో ఇక ఏదేవాలయమైనా ఎందుకు?

దేవునియొక్కయు గొర్రెపిల్ల యొక్కయు సింహాసనము దానిలో ఉంటాది. ఆయన దాసులు ఆయనను సేవించుచూ ఆయన ముఖ దర్శనము చేయుచుందురు. ఆయన నామము వారి నొసళ్లమీదయుండును. దేవుడైన ప్రభువే వారి మీద ప్రకాశించును.

ఆ నూతన భూమిలో జనములు ఆపరిశుద్ధ పట్టణపు వెలుగునందు సంచరింతురు. అక్కడ రాత్రి లేనందున దాని గుమ్మములు పగటివేళ ఏమాత్రమును వేయబడవు. భూరాజులు మరియు జనములు ఆపరిశుద్ధమైన పట్టణములో నున్న దేవుని దగ్గరకు యేసు ప్రభునొద్దకు వచ్చి మహిమను, ఘనతను చెల్లిస్తాయుంటారు. వారు ఎప్పుడు చూడాలంకే అప్పుడు వెళ్ళి తమ ప్రభువును కలిసి స్తుతించి మహిమ పరిచి వస్తూ పోతూ ఉంటారు.

గొర్రెపిల్ల యొక్క జీవగ్రంథమందు వ్రాయబడినవారే ఆపరలోకమందు ప్రవేసింతురు గాని నిషిద్ధమైన దేదైనను అసహ్యమైన దానిని అబద్ధమైనదానిని జరిగించు వాడైనను దానిలోకి ప్రవేసింపడు. పిరికివారును అవిశ్వాసులును, అసహ్యులును నరహంతకులును, వ్యభిచారులును, మాంత్రికులును, విగ్రహారాధికులును, అబద్ధికులందరి దీనిలో ప్రవేశము లేదు గదావారు అగ్ని గందకములలో మండుచున్న గుండములో పారవేయ బడుదురు అని వ్రాయబడింది.

3. తన ప్రజలతో తనకు ఉన్న అనుబందాన్ని యేసు ప్రభువు యోహానుకు తెలియ జేయగా, యోహాను 'ఆయన నాతో ఇట్లనెను' అని వ్రాస్తున్నాడు. సమాప్తమైనవి. నేనే అల్ఫాయు

ఓమెగాయు అనగా ఆదియు అంతమునై యున్నవాడను; దప్పిగొను వానికి జీవజలముల బుగ్గలోని జలమును నేను ఉచితముగా అనుగ్రహింతును. ఇదిగో దేవుని నివాసము మనుష్యులతో కూడా ఉన్నది. ఆయన వారితో కాపురముండును, వారాయన ప్రజలై యుందురు. దేవుడు తానే వారి దేవుడై యుండి వారికి తోడై యుండును.ఆయన వారి కన్నుల ప్రతీ బాష్ప బిందువును తుడచివేయును. మరణము యిక ఉండదు. దుఃఖమైనను ఏడ్పైనను వేదనయైనను ఇక ఉండదు.

ఇదేవిషయాన్ని దేవుడు యెషయ ప్రవక్త ద్వారా "నేను నూతన యెరుపలేమును గూర్చి ఆనందించెదను. నాజనులను గూర్చి హర్షించెదను. రోదన ధ్వనియు విలాపధ్వనియు దానిలో ఇకను వినబడవు (యెషయ (65:19)అని తెలియజేసాడు

జీవ వృక్షము

జీవవృక్ష ప్రస్తావన ఆదికాండము 3:22-24 లో కనబడతాది. అలాగే ప్రకటన గ్రందములో అనేక చోట్ల కనబడతాది. దేవుడు సృష్టించిన మొదటి మానవుడు దేవుని అజ్ఞను అతిక్రమించి పాపములో పడిపోయినప్పుడు జీవవృక్షఫలములను అందుబాటులో లేకుండా అతనికి దూరము చేసాడు. మంచిచెడ్డలు తెలివి నిచ్చు ఆవృక్ష ఫలములలో పాపము లేదుగాని దేవుని అజ్ఞను అతిక్రమించుటతోనే పాపం వచ్చింది. ఆపాప స్వభావంతో జీవవృక్ష ఫలములను కూడా తింటే పరిస్థితి ఇంకో రకంగా ఉంటుందనే దేవుడు ఆ జీవ వృక్షఫలోలను మనిషికి అందుబాటులో లేకుండా చేసాడు.

ఆదికాండము 3:22 లో దేవుడైన యెహోవా "ఇదిగో మంచి చెడులను ఎరుగునట్లు ఆదాము మనలో ఒకనివంటి వాడాయెను. కాబట్టి **అతడు ఒకవేళ తన చేయిచాచి జీవ వృక్ష ఫలమును కూడా తీసికొని నిరంతరము జీవించునేమో"** అని ఆదామును వెళ్ళగొట్టి ఏదెను తోటకు తూర్పుదిక్కున కెరూబులను ; జీవవృక్షమునకు పోవు మార్గమును కాచుటకు ఇటు అటు తిరుగుచున్న ఖడ్గజ్వాలను నిలువబెట్టెను అని వాక్యము చెప్పుతున్నది.

ప్రకటన గ్రంథములో

1). ఆ పరలోక పట్టణపు రాజవీదిమధ్యను ప్రహించు నదికి ఈవలను ఆవలను జీవవృక్షముండెను. అది నెలనెలకు ఫలించుచు పండ్రెండు కాపులు కాయును. ఆవృక్షము యొక్క ఆకులు జనములను స్వస్థపరచుటకై వినియోగించును (ప్రకటన 22:2)

2). జయించువానికి దేవుని పరదైసులో ఉన్న జీవవృక్షఫలములు భుజింపనిత్తును (ప్రకటన 2:7).

ఖడ్గమా, నాగొర్రెల కాపరి మీద పడుము. నాసహకారిమీదను పడుము; ఇదే సైన్యములకు అధిపతియైన యెహోవా వాక్కు.(జెకర్యా 13:7).అయితే జీవ వృక్షమునకు పోవు మార్గమును సరళము చేయుటకు మన పక్షమున యేసుక్రీస్తు ఆఖడ్గమునకు ఆహుతి అయ్యి దానిని అడ్డు తొలగించాడు. యేసుక్రీస్తు ప్రభువు మనపక్షమున ఆఖడ్గజ్వాలకు ఆహుతై జీవవృక్షఫలములను పొందుటకు పోవు మార్గము సరళము చేసియున్నాడు. . ఆదాము భూలోకములో నున్న జీవవృక్ష ఫలములు తినకుండా

వెళ్లగొట్టబడ్డాడు గాని యేసుప్రభువు ఆపలాలును తిని దేవుని నిత్య రాజ్యానికి వారసత్వము పొందే హక్కు మనకిచ్చియున్నాడు.

దేవునికి కృతజ్ఞతలు

దేవా, తప్పిపోయిన నీకుమారుని/మానవుని కొరకు ఎంత నీవు ఎంత త్యాగము చేసినావు? నీ స్వంతకుమారుని సిలువ యజ్ఞానికి అప్పగించావు. ఎవ్వరూ నశింపపోగూడదని దీర్ఘశాంతముతో ప్రతి ఒక్కరు రక్షింప బడాలని ఎంత దీర్ఘశాంతము వహించావయ్యా!

"నీవు మనుష్యుని జ్ఞాపకము చేసికొనుటకు వాడేపాటివాడు. నీవు నరపుత్రుని దర్శించుటకు వాడేపాటివాడు. What is man, that thou art mindful of him? and the son of man, that thou visitest him?

దేవుని కంటె వానిని కొంచెము తక్కువ వానిగా చేసియున్నావు. మహిమాప్రభావాలతో వానికి కిరీటము ధరింప జేసి యున్నావు. For though hast made him a little lower than the angels, and hast crowned him with glory and honur.

నీచేతిపనులమీద వానికి అధికారమిచ్చియున్నావు. Thou madest him to have dominion over the works of thy hands.

యెహోవా, మాప్రభువా, భూమియందంతట నీనామము ఎంత ప్రభావము గలది.(O Lord our Lord, how excellent is thy name in all the earth.(psalms 8:3-9).

ముగింపు

శరీరము విడిచిన ఆత్మలు మరణానంతరము దేవుని రాజ్యములో నిరంతరముదేవునితో జీవించాలంటే ఏమి చెయ్యాలి?.

శరీరమనే బాహ్యపురుషుడు ప్రాణము (జీవము) అనే అంతరంగిక పురుషునితో ప్రభవిత మవుతుంటాడు. కాలానుగుణ మైన ఆలోచనలు అనుభూతులు నిర్ణయాలు తన అవసరాలకు తగ్గట్టుగా బాల్యంనుంచి అంతరంగికమైన పురుషుడు ద్వారా మార్పుచెందుతూ ఉంటాడు. ఆత్మ అనేది అలాగాదు. దేవుడు అనుగ్రహించాలి. ఈశరీరములో ఉన్న జీవము దేవుని ఆత్మతో అభిషేకించబడాలి. దేవుని ఆత్మతో అభిషేకించబడిన మానవునిలో నూతన పరివర్తన కలుగుతుంది. మారుమనస్సు కలుగుతుంది. దేవుని నిత్యరాజ్యానికి తగినట్లుగా నీతిమంతునిగా తీర్చబడతాడు. ఈ విషయాన్నే ప్రభువైన యేసుక్రీస్తు నికోదేముకు ఇలా వివరిస్తాడు

"ఒకడు క్రొత్తగా జన్మించితేనే గాని దేవుని రాజ్యమును చూడలేడు" యోహాను 3;3

యెరుషలేములో యూదుల అధికారియైన నికోదేమను పరిసయ్యుడొకడు రాత్రివేళ యేసు నొద్దకు వచ్చి 'నీవు దేవుని యొద్దనుండి వచ్చిన భోదకుడవని మేమెరుగుదుము. దేవుడు నీకు

తోడైయుంచెనే గాని నీవు చేయుచున్న క్రియలు ఎవడును చేయ లేడని' యేసుతో అంటాడు. నికోదేముకు ప్రజలలో ఒక భోదకునిగా ఒక గుర్తింపు ఉంది. మెస్సియవచ్చి ఇశ్రాయేలు జాతిని రోమీయుల బానిసత్వంనుండి విడుదల చేస్తాడని నమ్ముతున్న యూదులలో ఇతను ఒకడు. అయితే యూదులలో అనేకమంది ప్రభువు చేస్తున్న అనేక అద్భుత కార్యాలను చూస్తున్నప్పటికి వారు యేసును మెస్సియగా అంగీకరించకపోవుటను బట్టి యేసు ధర్మశాస్త్రాన్ని మీరుతున్నాడన్నకారణంతో   యూదామతపెద్దలు   యేసుకు వ్యతిరేకముగా కోపంగా ఉన్నారన్న కారణంకావొచ్చు సత్యము తెలుసుకోవాలన్న ప్రగాడమైన ఆకాంక్ష అతనిని ప్రభువు వద్దకు నడిపించింది. బహిరంగంగా గాక తాను పగటివేళ వెలితే ఇతరులు చూస్తారని ఉద్దేశంతో కాబోలు రాత్రివేళ వెలతాడు. ఇతని చిత్తశుద్ధిని ప్రభువు అర్థంచేసుకుంటాడు.

ఆందుకు యేసు అతనితో **"ఒకడు క్రొత్తగా జన్మించితేనే గాని అతడు దేవుని రాజ్యమును చూడలేడు"**అని నీతో నిశ్చయముగా చెప్పుచున్నానంటాడు.. ఇక్కడ నికోదేము అడిగినదానికి 'ఒకడు క్రొత్తగా జన్మించాలి" అని యేసు చెప్పినదానికి ఎటువంటి సంబంధము ఉండదు. అంతేగాకుండా " నీవు దేవుని రాజ్యమును చూడాలన్నా, అందులో ప్రవేశించాలన్నా క్రొత్తగా జన్మించాలి అనే సత్యాన్ని "నిశ్చయముగా" అనే మాటతో బలపరుస్తున్నాడు. యేసు చాలా సందర్భాలలో "నేను మీతో చెప్పిన దేమనగా' అని మరియు "నిశ్చయముగా" అనే మాటలు ఉపయోగిస్తాడు. యేసు దేవుని కుమారుడు గనుకనే ఆయన ఏమాట మాట్లాడినా అధికారము కలిగిన వాని వలెనే మాట్లాడుతాడు.

ముసలి వాడినైన తను ఎలా క్రొత్త జన్మ పొందగలడో నికోదేముకు అర్ధంకాలేదు. "ఆందుకు ముసలివాడైన మనుష్యడేలాగు జన్మింపగలడు?? ఒకవ్యక్తి తిరిగి జన్మించుటకు మరలా తల్లి గర్భంలోకి ప్రవేశించుటలో గల అసాధ్యాన్ని "రెండవమారు తల్లి గర్భమందు ప్రవేసించి జన్మింపగలడా" అని ఆయనను అడుగుతాడు.

అందుకు యేసు "ఒకడు నీటిమూలముగాను ఆత్మ మూలముగాను జన్మించితేనే గాని దేవుని రాజ్యములో ప్రవేశింప లేదని" శరీర మూలముగా జన్మించినది శరీరమును, ఆత్మ మూలముగా జన్మించినది ఆత్మయునై యున్నదని చెపుతాడు. దేవుని రాజ్యములో ప్రవేసించుటకు ఆత్మ మూలముగా జన్మించవలసి యున్నదని భూలోక సంభందమైన సంగతులకు పరలోక సంభందమైన సంగతులకు గల వ్యత్యాసమును వివరించుతాడు.

విడిచి పెట్టబడిన దేహము ఈలోకానుసారముగా సమాధిచెయ్యబడడం/కాల్చివేయబడడం గాని జరుగుతాది. కాబట్టి ఈ ఆత్మ శరీరంలో ఉన్నప్పుడే నీటిమూలముగాను (నీరు పరిశుద్ధాత్మకు సాదృశ్యము) అనగా పరిశుద్ధాత్మ మూలముగాను జన్మించాలి. మరణించిన తరువాత బాప్తీస్మము పొందుట సాద్యము కాదు. తద్వార దేవుని రాజ్యములో ప్రవేశించుట సాద్యముకాదు. గాబట్టి ఒకడు నీటిమూలంగా బాప్తీస్మము పొందునప్పుడు ఒకనిలోనున్న ఆత్మ దేవునితో అనుసంధానము చేయబడి నూతన సృష్టిగా నూతన జీవనం ప్రారంబిస్తాడు. అంతవరకు అతడు చేసిన చెడ్డక్రియలను విడిచిపెడతాడు.దేవుని సంబందమైన విషయాలు అతని జీవితంలో రోజువారి కార్యక్రమాలుగా ప్రియమైనవిగా మారిపోతాయి. ఒకడు గాలిని గూర్చి ఏవిధంగా గ్రహించలేడో ఆవిధముగానే దేవుని పరిశుద్ధాత్మ

యొక్క అద్భుత కార్యమైన ఈనూతన జన్మను గ్రహించలేడు. ఈనూతన జన్మ అగోచరమైనది. దీనిని బాహ్యనేత్రాలతో చూడలేము గాని దాని ఫలితాలను మాత్రం చూడగలము అని యేసు చెబుతుంటే నికోదేము మాత్రము పరలోక సంబందమైన సంగతుల్ని తన స్వాభావిక మనసు తోనే ఆలోసిస్తున్నాడు. అందుకు నికోదేము ఈసంగతులెలాసాద్యము లని అడుగుతున్నాడు.

అందుకు యేసు నీవు ఇశ్రాయేలుకు బోధకుడవైయుండి కూడా వీటిని ఎరుగవా? మేము ఎరిగిన సంగతియే చెప్పుచున్నాము. చూచినదానికే సాక్ష్యమిచ్చుచున్నాము. మాసాక్ష్యము మీరంగీకరించరని మీతో **నిశ్చయముగా** చెప్పుచున్నాను అని అంటాడు.

బాప్తీస్మము పునరుత్థానానికి నాంది.

బాప్తీస్మము పొందుట పునరుత్థాన యోగ్యతకు నాంది. ఈబాప్తీస్మము ద్వారా ఒకడు తన పాత పాప జీవితాన్ని సమాధి చేస్తాడు మరియు క్రొత్తగా జన్మిస్తాడు. బాప్తీస్మము ద్వారా యేసును అంగీకరించిన వ్యక్తి తన పాత పాప జీవితానికి స్వస్తి చెప్పి, పశ్చాతాపముతో మారుమనసున్ను కలిగి యేసు నందు నూతన జీవితాన్ని ఆరంభించుతాడు. ఈ నూతన జీవితాన్ని ఆరంభించేముందు దేవుని వాక్యాన్ని సంపూర్ణంగా అర్థం చేసుకుంటాడు బాప్తీస్మము ద్వారా దైవసేవకుల సమక్షములో నీటిలో మునిగి పైకి లేస్తాడు. నీటిలో మునగడం అనేది పాత పాపజీవితాన్ని సమాధి చేయడం. పైకి లేవడమనేది సమాధి చేసిన తన పాత పాప జీవితంలో నూతన జీవితాన్ని ఆరంభించడం.

"కాగా ఎవడైనను క్రీస్తునందుండిన ఎడల వాడు నూతన సృష్టి. పాతవి గతించెను. ఇదిగో క్రొత్తవాయెను" (2 కొరింతి 5:17)

ఎవడైనా పాత పాప జీవితం విడిచిపెట్టి క్రీస్తులో జీవిస్తే అతడు నూతన సృష్టి. అతడు క్రీస్తులో జీవిస్తున్నాడు గాబట్టి క్రీస్తులో ఉన్న జీవం అతనిలో పనిచేస్తుంది. ఆలోచనలో గాని, క్రియలలో గాని ఆత్మీయంగా గాని నూతన స్వభావముతో తన జీవితాన్ని గడుపుతాడు. అతని ఆలోచనలు ఎప్పుడు దేవుని చుట్టూ తిరుగుతూ ఉంటాయి. తిరిగి జీవించుట లేక పునరుద్ధరించబడుట లేక చనిపోయిన వాడు తిరిగి లేచి జీవించుట అనే సాదృశ్యమైన ఈ మార్పే పునరుత్థానము. రచయిత అనుభవము కూడా ఇదే.

దేవుని పరిశుద్ధాత్మ మనలో నివసించినప్పుడు ఒకని జీవితంలో జరగబోయే ప్రతి కార్యము క్రొత్తగానేయ్యుంటుంది. అంత్యకాలమందు జరుగు జీవ పునరుత్థానమునకు మరియు తదనంతరము జరిగే పరిణామాలకు, కొత్త భూమికి కొత్త ఆకాశానికి సరిపడే విధంగా ఈశరీరం పరలోకపు శరీరంగా మార్పుచెందుతుంది. దీని ప్రాముఖ్యతనే యుదా మతగురువైన నికోదేముకు యేసు ప్రభువు తెలియ జేస్తాడు.

మంచి ఫలము ఫలించని ప్రతిచెట్టు నరకబడి అగ్నిలో వేయబడును (మత్తయి 3:10)

ఆసమయములో పరిసయ్యులలోను సద్దుకయ్యులలోను అనేకులు బాప్తిస్మము పొందవచ్చుట చూచి సర్ప **సంతానమా, రాబోవు ఉగ్రతను తప్పించుకొనుటకు మీకు బుద్ధి చెప్పిన వాడెవడు?** మారుమనస్సుకు తగిన ఫలము ఫలించుడి. అబ్రహోము మాకు తండ్రి

అని మీలో మీరు చెప్పుకోతలంచ వద్దు. దేవుడు ఈ రాళ్లవలన అబ్రహామునకు పిల్లలను పుట్టించగలడని మీతో చెప్పుచున్నాను. ఇప్పుడే గొడ్డలి చెట్లవేరున ఉంచబడియున్నది. గనుక మంచి ఫలము ఫలించని ప్రతిచెట్టు నరకబడి అగ్నిలో వేయబడును.

పరిసయ్యులు సద్దూకయ్యులు ధర్మశాస్త్రం బాగా తెలిసినవారు. మత చాందసవాదులు. మరియు యూదా మతపెద్దలు. వీరు తమ తండ్రియైన అబ్రహాముకు **దేవుడు ఇచ్చిన వాగ్దానాన్ని బట్టి** తాము కూడా పరలోకానికి వెళ్ళడానికి అర్హులని భావిస్తారు గాని వారి మనస్సు నిండా అక్రమం, వర్గభేదాలు వేషధారణ నిండి ఉంటాది. అందుకే వారిని ఉద్దేశించి "సర్ప సంతానమా" అని, రాబోయే దేవుని ఉగ్రతనుంచి తప్పించుకోడానికి మీరు అబ్రహాము సంతానమైనంత మాత్రము సరిపోదని,మారుమనస్సు పొందాలని, లేనిఎడల గొడ్డలి చెట్ల వేరున ఉంచబడియుందని హెచ్చరిస్తాడు.

విశ్వాసులు సంపూర్ణముగా బలపడి జీవ పునరుత్థానములో పాలి భాగస్తులైయ్యేందుకు సూచనలు/హెచ్చరికలు

1. కావున మనము వినిన సంగతులు విడిచిపెట్టి కొట్టుకొని పోకుండునట్లు వాటియందు **మరీ విశేష జాగ్రత్త** కలిగియుండవలెను (**హెబ్రీ 2:1**)

   ఇవి దేవుని రక్షణ పొంది ఆయన పరిశుద్ధ రక్తము చేత విమోసింపబడిన పరిశుద్ధులను ఉద్దేశించే వ్రాయబడియున్నది. మునుపు అయోగ్యులుముగాను దయనీయమైన పాపులముగాను ఉన్నవేళలో ఆశ్చర్యకరంగా ప్రభువు మనలను రక్షించాడు అనే

సంగతి జ్ఞాపకము చేసుకొని ఒకసారి రక్షణ పొందినవ్యక్తి మరీ విశేషమైన జాగ్రత్త కలిగియుండాలి అని పౌలు భక్తుడు హెచ్చరిస్తున్నాడు. విన్నవాటిని విడిచిపెట్టుటయేగాక యేసు క్రీస్తునుండి వెనుతిరిగిపోవుట మరీ ప్రమాదకరము

2. ఆయన యొక్క విశ్రాంతిలో ప్రవేసించుదుమన్న వాగ్దానము ఇంకా నిలిచియుండగా, మీలో ఎవడైనను ఒకవేళ ఆవాగ్దానము పొందకుండా తప్పిపోవునేమో" (హెబ్రీ 4:1)

ఇశ్రాయేలీయులు ఐగుప్తు దాస్యపు చెరనుండి బయటకు రావడానికి కారణం కానాను దేశములో వారు పొందబోవు స్వాస్త్యము మరియు విశ్రాంతిని దృష్టి యందుంచుకోవడమే. అయితే వారు ఐగుప్తునుండి బయటకు వచ్చినవారు విశ్రాంతిలో ప్రవేసించక పోవడానికి కారణం వారి హృదయ కాఠిన్యము, వారి పాపము మరియు వారి అవిశ్వాసము.

నేటి విశ్వాసులుకూడా ఈలోకమను అరణ్యము గుండా ప్రయాణిస్తున్నప్పుడు రాబోవు మహిమ అను విశ్రాంతిలో ప్రవేసించుటకు వెళ్లుచున్నాము అనే విషయము మనస్సు నందుంచుకొని నిరీక్షణతో ముందుకు సాగవలసియుంది. గావున మనము ఇశ్రాయేలీయులా గురి తప్పి పోకుండా మెలకువ కలిగి యుండాలని భక్తుడు హెచ్చరిస్తున్నాడు.

3. ఒకసారి వెలిగించబడి పరలోక సంబంధమైన వరమును రుచి చూచి పరిశుద్ధాత్మలో పాలివారై దేవుని దివ్య వాక్యమును రాబోవు యుగ సంబంధమైన శక్తుల ప్రభావమును అనుభవించిన తరువాత తప్పిపోదురేమో? హెబ్రీ 6:4,5)

విశ్వాసుల ఆత్మీయ పురోభివృద్ధికి అవరోధములయిన ఇహలోక మనుష్యజ్ఞానము, తత్వము ఆచార సాంపదాయములు ఒకసారి వెలిగించబడి పరలోక సంబంధమైన వరమును రుచి చూచి పరిశుద్ధాత్మలో పాలివారై దేవుని దివ్య వాక్యమును రాబోవు యుగ సంబంధమైన శక్తుల ప్రభావమును అనుభవించిన విశ్వాసులు తరువాత తప్పిపోదురేమో అని అపోస్తలుడు హెచ్చరికలు చేయుచున్నాడు. గాబట్టి అపోస్తలుడు పాక్షిక వెలుగునుండి క్రైస్తవ పరిపూర్ణత అను సంపూర్ణ వెలుగులోనికి రమ్మని పిలుచు చున్నాడు.

4. **మనము సత్యమును గూర్చి అనుభవ జ్ఞానమును పొందిన తరువాత బుద్ధి పూర్వకముగా పాపము చేసిన ఎడల పాపములకు ఇక బలియుండదు. జీవముగల దేవుని చేతిలో పడుట భయంకరము (హెబ్రీ 10:26,31).**

కొంతకాలము ప్రభువులో జీవించి ప్రభువు కొరకు కొన్ని కార్యములు చేసిన పిమ్మట బిలాముబోధ నికోలాయితుల బోధలు వలన చేడైన వేరు మొలిచి కొందరు ఒకవిధమైన అలసటకు గురి అగుచున్నారు. మనహృదయములో చేడైన వేరు మొలిచినప్పుడు మనలో ఉన్న మొదటి ప్రేమ సన్నగిల్లిపోతూ ఉంటుంది. కావున మన హృదయాలను పరిశీలించుకొని ఆచేడైన వేరును తొలగించుకోవాలి.

క్రైస్తవ విశ్వాసులు బుద్ధిపూర్వకముగా పాపము చేయుట భ్రష్టత్వమే అవుతుంది. అట్టి పాపమునకు ఇక బలియుండదు. గాని అటువంటి వారు న్యాయ తీర్పునకు భయముతో ఎదురు చూడడమే వారి నిరీక్షణ.అటువంటి వారిని దేవునికే వదిలి పెట్టవలెను. జీవము గల దేవుని చేతిలో పడుట భయంకరము.

5. మీలో ఎవడైనను దేవుని కృపను పొందకుండ తప్పి పోవునేమోననియు చెడ్డన వేరు మొలచి కలవరపరచుటవలన అనేకులు అపవిత్రులై పోదురేమో? (హెబ్రీ 12:15)

దేవుని కృపనుండి తప్పిపోవుట అనగా దేవుడు మనకు ఏమి సిద్ధము చేసియున్నాడో గ్రహించుకోలేకపోవుట, అనుభవించలేకపోవుట ఫలితంగా చెడ్డన వేరు మొలచి అపవిత్రులగుట ఇవన్నియు నేటి క్రైస్తవలోకములో కనబడుచున్నవి.

మీ దీపములు వెలుగుచుండనీయుడి (లూకా 12:35) అనే వాక్యాన్ని గుర్తు చేసుకోండి. వెలిగించిన ఆదీపాన్ని కాస్తా మంచం క్రిందనుండి తీసి లోపలికి వచ్చేవారికి వెలుగు నివ్వడానికి దీప స్థంబం మీద పెట్టి వెలుగు చుండ నీయండీ. నీవెలాగు రక్షింపబడ్డావో నీసహొదరుని కూడా రక్షించి కృతజ్ఞతా హృదయముతోను దేవుని కొరకు ఏదైన చేయుటకు సంసిద్ధతను కలిగియుండుడి.

క్రీస్తు మహిమ బయలు పరచబడు నప్పుడు మీరు మహా ఆనందముతో సంతోషించు నిమిత్తము క్రీస్తు శ్రమలలో మీరు పాలివారై యున్నంతగా సంతోషించుడి (1 పేతురు 4:13) అని అంటున్నాడు ప్రభువు.

నేను వచ్చువరకు మీకు కలిగియున్న దానిని గట్టిగా పట్టుకొనుడి. నేను నాతండ్రి వలన అధికారము పొందినట్లు జయించుచు అంతము వరకు

నాక్రియలు జాగ్రత్తగా చేయువానికి జనులమీద అధికారము ఇచ్చెదను (ప్రకటన 2:25,26)

జయించువాడు తెల్లని వస్త్రములు ధరించుకొనును. జీవగ్రంథములో నుండి అతని పేరును ఎంత మాత్రమును తుడుపు పెట్టక నాతండ్రి ఎదుటను ఆయన దూతల ఎదుటను అతని పేరును ఒప్పుకొందును (ప్రకటన 3:5)

నీవు నాఓర్పు విషయమైన వాక్యమును గైకొంటివి గనుక భూనివాసులను శోధించుటకు లోకమంతటి మీదకు రాబోవు శోధన కాలములో నిన్ను కాపడెదను. జయించువానిని నాదేవుని ఆలయములో ఒక స్థంబముగా చేసెదను. అందులోనుండి వాడు ఇకమీదట వెలుపలికి పోడు. నాదేవుని పేరును పరలోకములో నాదేవునియొద్ధనుండి దిగివచ్చు నూతనమైన యెరుషలేము అను నాదేవుని పట్టణపు పేరును నా కొత్త పేరును వాని మీద వ్రాసెదను (ప్రకటన 3:10)

నేను జయించి నాతండ్రితోకూడా ఆయన సింహాసనమునందు కూర్చిండియున్న ప్రకారము జయించు వానిని నాతో కూడా నా సింహాసనము నందు కూర్చుండనిచ్చెదను (ప్రకటన 3:21)

దేవుడు తనను విశ్వసించేవారికి చక్కటి శుభ వాగ్ధానములు చేస్తున్నాడు. ఇదిగో నేను త్వరగా వచ్చు చున్నాను. ఈప్రవచన వాక్యములు గైకొనువాడు ధన్యుడు (22:7)

సమాప్తము

పుస్తకపు చివరి పేజి

ఈ పుస్తక రచయిత ' జాషువా డానియేల్ పాల్' ఒకానొక సమయంలో యేసుక్రీస్తును బహుగా దూషించి ఆయనకు దూరంగా జీవించిన వ్యక్తి. యేసు ప్రభువు స్వప్నమందు కనిపించి 'నీవు తిరిగి తిరిగి నాదగ్గరకే వచ్చి నన్ను గట్టిగా పట్టుకుంటావు' అని చెప్పినప్పటికి ఆయన చూపించిన కల భావమును గ్రహించిన రచయిత 'చావనైనా చస్తాను గాని నీ దగ్గరకు రాను. నిన్ను నమ్మను' అని తన ముప్పై ఇదవ ఏటనుంచి ఏబై సంవత్సరాల వరకు అంటే ఇంచుమించు పదిహేను సంవత్సరాలు యేసుకు దూరంగా జీవించిన వ్యక్తి. చివరకు ఆయన స్వప్నమందు చూపించిన ప్రకారమే తన ఏబైయవ ఏట నుంచి ఆయన దగ్గరకు రావడం ఆయన సహవాసములో దిన దినాభివృద్ధి చెందుతూ ఆయనను మహిమ పరుస్తున్న వ్యక్తి. రచయిత సాక్ష్యాలు మొదట పేజిల్లో మరియు మద్య పేజిల్లో వివరించబడినాయి

అన్యుని కుటుంబంలో నుండి వచ్చిన రచయిత యేసు ఎవరో తెలియక కొంతకాలము మరియు అనుకున్నది అనుగ్రహించలేదనే ద్వేషంతో మరికొంతకాలము ఆయనకు దూరంగా జీవించినప్పటికి ఆయన తనను విడువక అనేక శోదనలు అతిక్రమములు అపాయములు నుండి కాపాడుతూ తన అనేక అక్కరలు తీరుస్తూ తన చెయ్యి పట్టుకుని నడిపిస్తున్న ఆ యేసు ప్రభువును తన పాప

పరిహారార్థంనిమిత్తం ఆయనను మహిమ పరుస్తూ వ్రాస్తున్న ఈపుస్తకం "యేసు పునరుత్థాన మహిమ-ప్రభావము".

ఈపుస్తకంనందు పునరుత్థానము అంచే ఏమిటి, జీవపునరుత్థానము అంచె ఏమిటి, తీర్పు పునరుత్థానము అంచె ఏమిటి?మరణానంతరము మనలో ఉన్న జీవము నిత్యము దేవుని సన్నిదిలో ఆనందించాలంచే ఏమిచెయ్యాలి, యేసుక్రీస్తు పునరుత్థాన మహిమా ప్రభావము ప్రపంచా వ్యాప్తంగ ఎలా పనిచేస్తుంది అనే విషయాలు ఈపుస్తకములో పొందుపరచబడినాయి.